जीवनातील गूढतेचे दर्शन घडवणारे एक माध्यम म्हणजे माणसाला पडणारी स्वप्ने.

श्रीराम, महावीर यांच्यापासून शेख अब्दुल्ला, खुशवंतसिंग यांच्या पर्यंतची यातील स्वप्ने वाचणे हा करमणुकीचा अनुभव आहे.

साप्ताहिक सकाळ, ९-९-२००६

आपल्या स्नेहीजनांना पुस्तके भेट द्या

स्वप्नी जे देखिले

स्वप्नांचे विश्व उलगडणारे अनोखे लेखन

संपादन
अरुण शेवते

मेहता पब्लिशिंग हाऊस

Please contact us at **Mehta Publishing House,** Pune.
Email : production@mehtapublishinghouse.com
Website : www.mehtapublishinghouse.com

SWAPNI JE DEKHILE Edited by **ARUN SHEVATE**
स्वप्नी जे देखिले : संपादन - अरुण शेवते / अनुभवकथन

© अरुण शेवते

author@mehtapublishinghouse.com
प्रकाशक : सुनील अनिल मेहता, मेहता पब्लिशिंग हाऊस,
१९४१, सदाशिव पेठ, माडीवाले कॉलनी, पुणे - ४११०३०.

मुखपृष्ठ : चंद्रमोहन कुलकर्णी
प्रकाशनकाल : ऑगस्ट, २००५ / पुनर्मुद्रण : फेब्रुवारी, २०१९

P Book ISBN 9788177665727
E Book ISBN 9789353171810
E Books available on : play.google.com/store/books
www.amazon.in/b?node=15513892031

माझी आजी
शेवंताबाई शंकर पिंपळेकर
माझी आई
अनुसयाबाई दिगंबर शेवते
आणि
माझ्या **आजोळच्या** घरास–

तुम्ही सतत मला स्वप्नात भेटत असता.

मनोगत

१९९३ पासून ऋतुरंग दिवाळी अंक मी प्रकाशित करत आहे. विविध प्रतिष्ठित संस्थांची सत्तावीस पारितोषिके अंकाला मिळाली आहेत.

बारा वर्षांत ऋतुरंग दिवाळी अंकातील निवडक लेखांची १४ पुस्तके प्रसिद्ध झाली. 'स्वप्नी जे देखिले' हे १५ वे पुस्तक मेहता पब्लिशिंग हाऊसच्या वतीने प्रकाशित होत आहे, याचा आनंद आहे.

ऋतुरंग २००२ चा 'स्वप्न' विशेषांक होता.

रात्री झोपेत आपल्याला स्वप्न पडतात. स्वप्नांची दुनिया अजब असते. सगळीच स्वप्ने आपल्याला समजतात असे नाही. स्वप्ने आपला पाठलाग करत असतात. स्वप्ने खरी असतात की खोटी कोण सांगणार? आपल्या अचेतन मनात स्वप्ने आपली जागा शोधत असतात. काही क्षण तरी आपण स्वप्नांच्या दुनियेत रमलेले असतो. सकाळ झाली की आपले नवीन जग सुरू होते. रात्रीची स्वप्ने आपल्याला आठवत राहतात. आपले मन स्वप्नांभोवती फिरत राहते. कुठून येतात ही स्वप्ने? मनाचा प्रवास कुठून कुठे होतो?

स्वप्नांचे जग रंगीबेरंगी असते. आभाळात किती ढग आहेत कोण सांगणार? स्वप्नांचे तसेच आहे. मनाच्या आकाशात हजारो स्वप्नांचे ढग आपला आकार, आपले रूप घेऊन फिरत असतात. हा न संपणारा प्रवास आहे. या प्रवासात आपण फक्त स्वप्नं पाहत राहायची. स्वप्नांचे अर्थ समजतीलच असे नाही. स्वप्नांची ओळख करून घ्यायची. आपल्याच

मनाचे ते चेहरे असतात. त्यांना कशासाठी पाठमोरे व्हायचे? रात्री झोपेत दररोज स्वप्ने भेटत राहणार. आपण शांत मनाने झोपी जायचे. भेटणाऱ्या स्वप्नांशी संवाद साधत राहायचा. आपल्या मनात वसत असलेले हे स्वप्नांचे जग आपण पाहत राहायचे. माणूस जन्माला आला त्याचबरोबर तो आपल्या झोपेत स्वप्ने घेऊन आलेला आहे. हा हजारो वर्षांचा प्रवास असाच सुरू राहणार आहे. तुम्ही-आम्ही या स्वप्नांच्या जगाचे प्रवासी आहोत.

अमृता प्रीतम, देव आनंद, दीप्ती नवल, गुलज़ार, फादर फ्रान्सिस दिब्रिटो, शिरीष पै, अली जान पीटर, प्रतिभा रानडे, अनिल कुसुरकर, शंकर वैद्य, डॉ. सुभाष देवढे पाटील, सु. प्र. कुलकर्णी, अनुसया शेवते या तुमच्या-माझ्यातल्या प्रवाशांनी आपला स्वप्नांचा प्रवास सांगितला आहे.

–अरुण शेवते

अनुक्रमणिका

सोई हुई आँखोंके सपने – अमृता प्रीतम / १
स्वप्ने संपूच नयेत – देव आनंद / १५
ब्लॅक ॲण्ड व्हाईट – दीप्ती नवल
       शब्दांकन : सविता दामले / १९
सपने पे पाँव पड़ गया – गुलज़ार
       अनुवाद : सविता दामले / २६
चित्तचित्रे – अनिल कुसुरकर / ३२
माझं घर – अली पीटर जान / ४६
बायबलमधील स्वप्नसृष्टी – फादर फ्रान्सिस दिब्रिटो / ५३
स्वप्नांतल्या कविता – शंकर वैद्य / ६९
छोट्यांच्या स्वप्नांत – डॉ. सुभाष देवढे पाटील / ८३
पांढरे ढग – शिरीष पै / ९१
निळा-सावळा...! – सु. प्र. कुलकर्णी / १०२
एक विसावा – प्रतिभा रानडे / ११९
जादूनगरी – अनुसया शेवते / १३३

सोई हुई आँखोंके सपने

अमृता प्रीतम

श्रीराम

श्रीरामांनी सीतेचा त्याग करण्याची पुराणातील घटना आपणा सर्वांना ठाऊकच आहे. जेमिनीच्या मते कलियुगात लोकांनी वेदवाणीचा त्याग करणं जितकं गर्हणीय होतं, तितकंच श्रीरामांनी सीतेचा ज्या प्रकारे त्याग केला ते कृत्यही गर्हणीय होतं.

परंतु या दुर्घटनेपूर्वी श्रीरामांना एक स्वप्न पडलं होतं, ज्याची पुराणात नोंद आहे. ते स्वप्न असं होतं की, सीता पाच महिन्यांची गरोदर आहे. लक्ष्मणाने तिला गंगा किनारी सोडून दिलंय अन् ती तिथे एकटीच विलाप करतेय.

या स्वप्नाने व्यथित होऊन, गर्भ-विघ्नाच्या शांतीसाठी पुंसवन संस्कार या नावाचा यज्ञ करण्याचे श्रीरामांनी ठरवले. त्यासाठी सुयोग्य तिथी निश्चित केली. ती अशी – रविवार, शुक्ल पक्षातील पंचमी आणि पुष्य नक्षत्राची बेला!

हा यज्ञ विधिपूर्वक संपन्न झाला. त्यासाठी बारा मैल लांबी-रुंदीचा भव्य मंडप सजवण्यात आला. त्या मंडपात महर्षी वसिष्ठ ऋषींनी यज्ञ वेदीची स्थापना केली. त्यावर गुलर पुष्पे चढवली आणि रक्षासूत्रही बांधले. यज्ञ-कुंडात तूप-तीळ यांची आहुती देऊन हवन केले. सीतेच्या कुंतलांमध्ये रक्षा-सूत्र गुंफून कमळाच्या देठांचे आणि गुलर पुष्पांचे गजरे माळण्यात आले. ब्रह्मवृंदांना सुवर्ण, रथ, अश्व आदी मौल्यवान वस्तू दक्षिणेच्या स्वरूपात दान करण्यात आल्या.

तथापि, संकट विमोचनासाठीचे श्रीरामांचे हे प्रयत्न नियतीने विफल ठरवले. तिनं स्वप्नरूपात जे प्रकट केलं ते काहीही प्रयत्न केले तरी, कोणीही बदलू शकलं नाही.

भगवान महावीर

एक ऐतिहासिक पुरावा असा मिळतो की, जेव्हा भगवान महावीर आपल्या तप:साधनेकरिता अस्थिग्रामी पोहोचले तेव्हा शूल-पाणि यक्ष मंदिरात त्यांनी रात्र व्यतीत केली.

त्या मंदिराच्या पुजाऱ्याने महावीरांना तेथे रात्री मुक्कामास राहण्यास मना केली होती, कारण ते मंदिर एक यक्ष स्थान मानले जाई.

असं म्हटलं जातं की, त्या रात्री हत्ती, पिशाच्च, नाग आदी रूपं धारण करून यक्षानं महावीरांना घाबरवण्याचे प्रयत्न केले पण ते निश्चल-ध्यानमग्न बसून राहिले. त्याच रात्रीच्या शेवटच्या प्रहरी ते मुहूर्तभरासाठी निद्रित झाले. त्या अठ्ठेचाळीस मिनिटांच्या निद्रित अवस्थेत त्यांना दहा स्वप्ने पडली. ती येणेप्रमाणे :

१. पिशाच्चाचा मृत्यू
२. पांढराशुभ्र पक्षी
३. कोकीळ पक्षी
४. फुलांचे दोन हार
५. बैल
६. कमलपुष्पांनी व्यापलेलं सरोवर
७. समुद्र
८. सूर्यकिरणं
९. हातांच्या कवेत सामावलेला मानसोत्र पर्वत
१०. मेरू पर्वतावरील चढाई.

त्या समयी त्या ग्रामात उत्वल नामक एक प्रसिद्ध ज्योतिषी राहात होता. त्या ज्योतिषाने दहा पैकी नऊ स्वप्नांचा अन्वयार्थ पुढीलप्रमाणे लावला :

१. भगवान महावीरांच्या हातून पिशाच्चाच्या मोहमयी कर्माचा नाश होईल.
२. पांढरा पक्षी हे महावीरांच्या शुक्ल ध्यानाचं प्रतीक आहे.
३. कोकिळेचा स्वर म्हणजे महावीरांच्या बारा अंगशास्त्र रचनांचं द्योतक होय.
४. बैलाचं दर्शन तीर्थस्थानांच्या स्थापनेचे संकेत देते.
५. कमलपुष्पांनी व्याप्त सरोवर म्हणजे जणू देवतांनी महावीराच्या

सेवेत रुजू होण्याचे प्रतीक होय.

६. समुद्राचं दर्शन म्हणजे महावीरांचं भव-सागर पार करणं होय.
७. सूर्य-किरणांचं दर्शन ज्ञान प्राप्तीचे दर्शन घडवतात, तर
८. मानसोत्र पर्वताला बाहूंचा विळखा म्हणजे उत्तुंग यशाला कवटाळणं होय.
९. मेरू पर्वतावरील चढाई त्या उच्च आसनाचं प्रतीक असेल ज्या आसनावर बसून भगवान महावीर अवघ्या अवनीतलाला धर्मज्ञान देतील.

या स्वप्नांपैकी केवळ एका स्वप्नाचा, दोन हारांच्या चौथ्या स्वप्नाचा, अन्वयार्थ उत्वलजींना लावता आला नाही. त्या स्वप्नाचा अर्थ महावीरांनी स्वत: आपल्या वाणीद्वारे सांगितला. ते म्हणाले, हे दोन हार संकेत देतात की, गृहस्थ धर्म आणि संन्यास धर्म या दोन्ही धर्मातील लोकांचा मी विश्वास संपादन करेन.

राणी तृषलादेवी

इतिहासात श्री महावीरांच्या दहा स्वप्नांचा अन्वयार्थ मिळतो. त्यांची माता राणी तृषलादेवींच्या चौदा स्वप्नांचा पुरावाही मिळतो. तथापि, त्यांचा अन्वयार्थ मात्र प्राप्त होत नाही. असं म्हटलं जातं की, जेव्हा कोणी तीर्थंकर मातेच्या गर्भात बीजरूपाने प्रवेश करतो तेव्हा त्या भावी मातेला चौदा स्वप्ने पडतात. ज्यामध्ये चौदा वेगवेगळी प्रतीके दिसतात. ती चौदा प्रतीके अशी– ऐरावत हत्ती, पांढरा बैल, वाघ, लक्ष्मी, फुलांची माला, पूर्ण चंद्र, सूर्य, इंद्र-ध्वज, कलश, कमलपुष्पांनी व्याप्त सरोवर, क्षीर-सागर, देव-रथ, रत्न-राशी आणि धूम्रमुक्त अग्नी.

प्रत्येक तीर्थंकराच्या जीवनातील पाच शुभ-समय हे पंचकल्याणक मानले जातात. त्याची माहिती पूर्ण तपशिलासह मिळते.

पहिला शुभ-समय म्हणजे देवलोकातून धरतीवर मातेच्या गर्भात प्रवेश करते वेळी कोणती तिथी व कोणते नक्षत्र होते, नंतर जन्मवेळी कोणती तिथी व कोणते नक्षत्र होते. अशाप्रकारे क्रमश: दीक्षा प्राप्त करतेवेळी, ब्रह्मज्ञान प्राप्त करतेवेळी व अंतत: पाचव्या म्हणजे निर्वाण समयी कोणकोणती तिथी व कोणकोणते नक्षत्र होते.

तथापि, या तपशिलातून मी श्री महावीरांच्या जीवनासंबंधीचा केवळ तोच एक तपशील समोर ठेवला आहे तो म्हणजे मातेच्या गर्भात प्रवेश करतेवेळीचा. कारण की, तेच एक बीजांकुरण असं असू शकतं की ज्यायोगे त्या तीर्थंकराच्या मातेला स्वप्नात चौदा शुभशकून दिसू शकतात.

नादिरशहा

नादिरशहाबाबत मला ठाऊक होतं की, त्याचं मूळ नाव तहमास कुलीखान असं होतं अन् त्याचा जन्म खुरासान परगण्यात झाला होता. आणि हेही ठाऊक होतं की, तो एका गरीब गुराख्याचा मुलगा होता. परंतु एकदा योगायोगाने मी श्री. खुशवंतसिंहांच्या ग्रंथालयात 'तहमास कुलीखान' हे पुस्तक पाहिले, जे इ. स. १७४२ मध्ये लंडनमध्ये छापण्यात आले होते. त्या पुस्तकातील कुलीखान उर्फ नादिरशहाला पडलेले स्वप्न मी वाचले व ज्या संबंधात त्याने स्वत: लिहिले होते की, ''मी जेव्हा वडिलांच्या गाई-म्हशी चारीत असे तेव्हा मला खायला ओली-सुकी चटणी, भाकरी आणि झोपायला रेतीचा बिछाना मिळत असे, त्या सुमारास एक स्वप्न पडलं ते असं की,

'मी गुराख्याऐवजी मच्छिमार बनलो असून एके दिवशी पाण्यात जाळं फेकलं असता जो मासा गळाला लागला त्याला तब्बल चार शिंगे होती.' मी जाणून होतो की, मासळी हे शाही व्यक्तीचं पक्वान्न होतं आणि भुकेल्या पोटी अशीच शाही स्वप्न पडत असतात. निसर्गाचा जणू हा एक चमत्कारच म्हणा की, जो माणूस दिवसभर रक्ताचं पाणी करून कष्ट उपसत असतो त्याला रात्री महाला-प्रासादांची स्वप्नं पडतात आणि जो एखादा बादशहा दिवसभरात शाही फर्मानं जारी करतो त्याला मात्र रात्री भीतिदायक स्वप्नं पडतात. कधी प्रजेच्या बंडाची तर कधी जनसंहाराची! पहा, खुदा जणू काही अशाप्रकारे न्यायनिवाडाच करतो म्हणायचं! ज्याचा दिवस सुखाचा असतो त्याच्या वाट्याला दु:खदायक रात्र येते आणि ज्याला सूर्योदयापासून सूर्यास्तापर्यंत केवळ दु:खच मिळतं त्याला मात्र सूर्यास्तापासून सूर्योदयापर्यंत नंदनवनाची सफर घडते.

असो! हे स्वप्न माझ्या पूर्ण आठवणीत राहिलं. आणि जेव्हा मी इस्फहानचा बादशहा झालो तेव्हा एका साधूला हे स्वप्नं सांगितलं. तो

साधू स्वप्नांचे अर्थ जाणीत असे, या शास्त्राचा त्याचा अभ्यास होता. तो म्हणाला, 'हे खरंय की मासळी हे शाही पक्वान्न आहे. पण तिची चार शिंगे चार बादशहा बनण्याचे संकेत देतात.'

तोपर्यंत मी इस्फहानचा आणि इराणचाही बादशहा झालो होतो. आणि आता असंही दृष्टिपथात येत होतं की, अफगणिस्तानसुद्धा आमच्यासमोर लवकरच नतमस्तक होतोय. पण ही चौथी बादशाही कुठली बरं असावी! कदाचित हिंदुस्थानची तर नसेल?

आम्ही कंधार शहर ताब्यात घेतलं तेव्हा मला आणखी एक स्वप्न पडलं की, हजरत अली मूर्तजा माझ्याजवळ आले आहेत आणि त्यांनी आपल्या वरदहस्तांनी माझ्या कटिबंधाला विळखा घातला आहे, जिथं माझी दिग्विजयी समशेर लटकत होती.

तेव्हा आठवलं की, कुण्या एकानं झुल्फीकारला प्रश्न केला की, इथून पूर्व-पश्चिम किती अंतर आहे तर त्यानं उत्तर दिलं की, सूर्याची एक दिवसाची सफर! मग मी मनाशी म्हटलं की, तहमास कुलीखान, तुला आता दिल्ली खुणावतेय! आणि काय सांगू? आम्हाला खरोखरच काही दिवसांनी मुघल तख्तावर असलेल्या नसीरुद्दीन अहमद शहाचं दिल्लीस येण्यासाठी आमंत्रण मिळालं.''

त्यानंतरचा नादिरशहाचा दिल्लीवरील स्वाऱ्यांचा इतिहास आपल्याला ठाऊकच आहे.

तैमूर

तैमूरच्या एका स्वप्नाचा इतिहासात उल्लेख आढळून येतो. तो बासष्ट वर्षांचा असताना स्वप्नात त्यानं स्वत:स एका बागेत पाहिलं. त्या बागेतील झाडं फळांनी खूप लगडली होती. मात्र त्या झाडांवर पक्ष्यांचे थवेच्या थवे बसून ते फळांना सारख्या चोची मारीत होते. बागेचा माळी पक्ष्यांना उडवून लावण्यासाठी सतत आरडाओरडा करीत होता.

तैमूर पुढे लिहितो, ''मी जेव्हा बागेत पोहोचलो तेव्हा माझ्या हातात एक गलोर आणि दगडांचे छोटे तुकडे होते. मी गलोरीने सारे पक्षी उडवून लावले आणि पक्ष्यांचे थवे अलग केले. तेव्हा त्या माळ्याने माझ्याजवळ जाऊन अल्ला-तालाचे आभार मानले कारण, मी बागेतील

फळांना पक्ष्यांपासून वाचवले होते.

जेव्हा जेव्हा माझ्यावर कामाचा ताण पडत असे तेव्हा तेव्हा मला एखादं स्वप्न निश्चित पडत असे. मी शेख नैनुद्दीन अबुबक्र तात्यावादीला बोलावून घेतलं आणि त्यास या स्वप्नाचा अर्थ विचारला. तेव्हा त्यानं सांगितलं की, 'तुम्हाला दूरच्या धरतीवर, जिथं अनेक राजे-रजवाडे राज्य करतात, जाऊन विजय प्राप्त करायचाय! आणि जसं तुम्ही पक्ष्यांना उडवून लावलंत तसंच त्या सगळ्या राजे-लोकांना हाकलून देऊन त्यांचे राजवाडे ताब्यात घ्यायचेत!'

त्यावेळी माझ्या मनात विकल्प होता की, मी चीन जिंकू की हिंदुस्थान? मी रूहानी (राजकीय) मामल्यांमध्ये सैयद मुहम्मद गेसूराजचा सल्ला घेत असे म्हणून त्यास विचारले असता तो म्हणाला की, 'अल्लानेच तुम्हास आपल्या छत्र-छायेखाली घेतलंय आणि आता तुम्हास हिंदुस्थानात जाऊन इस्लाम धर्माची वाढ करायची आहे.'

९ एप्रिल १३३६ या दिवशी जेव्हा माझा जन्म झाला त्या दिवशी राजमातांच्या हातांवर प्रकाश-वलयं फैलावली होती पण माझे हात मात्र रक्तलांछित होते. तेव्हा जाणकार व्यक्तींनी सांगितलं की, आमच्या कुटुंबाची रोशनी लोहाराच्या भट्टीतून उडणाऱ्या ठिणग्यांप्रमाणे फैलावेल. पण मला मात्र रक्ताच्या नद्या पार कराव्या लागतील. त्या वेळी शेख शमसुद्दीनने आपल्या ज्ञानाच्या आधारे हा कयास वर्तवला होता. माझी जन्मकुंडलीसुद्धा सांगत होती की, मी बादशहांहून बडा असा सम्राट बनेन, आपल्या धर्माचे पालन करेन आणि मूर्तींचे भंजन करेन.''

तैमूर-कालचा इतिहास आम्हा सर्वांना ज्ञात आहेच.

शेख अब्दुल्ला

जम्मू-काश्मीरचे मुख्यमंत्री शेख मुहम्मद अब्दुलांचे 'आतिशे-दिनार' हे आत्मचरित्र प्रकाशित झाले. त्यात त्यांनी आपली दोन स्वप्नं उल्लेखिली आहेत. पहिलं स्वप्न असं–

''एका रात्री मी अगदी विचित्र स्वप्न पाहिलं. माझी भाची आपल्या घराच्या पहिल्या मजल्यावरील दालनात शानदार विवाहवस्त्रं लेऊन एका मखमली आसनावर बसली होती (अशा दालनास काश्मिरी भाषेत

'कार्हली' असं म्हणतात).

तिच्या भालप्रदेशावर एक मौल्यवान हिरा चमकत होता. त्या झगमगणाऱ्या हिऱ्याची प्रभा अशी काही फाकली होती की त्यामुळे केवळ ते दालनच उजळून निघालं नव्हतं तर ती प्रभा गवाक्षाबाहेर फैलावून सारा आसमंत प्रकाशमय करीत होती.

माझी भाची एकटीच बसली होती तर मी सरळ तिच्याजवळ गेलो अन् तिच्या कपाळावरील तो हिरा काढून आपल्या मुठीत पकडला. त्यामुळे माझी मूठसुद्धा चम-चम करीत प्रकाशमान होऊ लागली.

स्वप्नात पाहतोय काय तर मी शेजारच्या घराकडे निघालोय अन् माझा भाचा माझ्या मागे मागे येतोय. तेवढ्यात मला जाणवलं की, माझ्या हातातील हिरा हिसकावून घेण्याच्या उद्देशानंच तो माझ्या मागे मागे येतोय.

मी झप-झप पावलं उचलीत त्या शेजारच्या घरी गेलो अन् पटकन त्या हिऱ्याला एका चटईखाली लपवून ठेवलं. पण ती चटईसुद्धा त्याच्या प्रकाशामुळे चमकू लागली.

माझ्या भाच्याने ही वेळ साधून तो हिरा माझ्याकडून मागितला अन् मीसुद्धा तो काढून त्याच्या स्वाधीन केला. पण नियतीचा कारनामा पहा कसा असतो, माझ्या भाच्याच्या हाताला तो लागताच त्याची प्रभा लोप पावली अन् तो केवळ एक निस्तेज गारगोटी बनून राहिला.

मी हैराण होऊन माझ्या भाच्याला म्हणालो, 'पहा! तू या हिऱ्याचं होत्याचं नव्हतं करून टाकलंस.' झाल्या प्रकारानं तो काहीसा खजील झाला अन् त्यानं तो हिरा मला परत केला.

तो माझ्या हाती येताच पुन्हा पूर्वीसारखा चमकू लागला. तेव्हा मी भाच्याला म्हणालो, 'पाहिलंस ना! हा परिणाम त्या खड्याचा नसून तो माझा हातगुण आहे.'

मी त्या हिऱ्याला हातात पकडतो न पकडतो तोच मला जाग आली. मी या स्वप्नाचा अन्वयार्थ असा लावला की, उच्च शिक्षणासाठी सरकारकडून शिष्यवृत्ती प्राप्त करण्यात मला यश येईल.

परंतु नंतर स्वप्नांचे अन्वयार्थ लावण्यात प्रसिद्ध असणाऱ्या एका शिंप्याला मी हे स्वप्न सांगितलं असता तो म्हणाला, 'अरे शिष्यवृत्ती ही तर मामुली बाब झाली. साऱ्या दुनियते तू अशी काही प्रसिद्धी

मिळवशील की तुझे तमाम मित्र-शत्रू अचंबित होऊन जातील.' पण त्यावेळी त्याचं भाकित मी केवळ हसण्यावारी नेलं कारण अशा प्रकारच्या आनंदवार्तांची साधी चाहूलसुद्धा तेव्हा लागली नव्हती.''

जम्मू-काश्मिरचं मुख्यमंत्रिपद मिळाल्यानंतर आपल्या आत्मचरित्राच्या दुसऱ्या खंडात शेख अब्दुल्लांनी लिहिलंय की हे स्वप्न स्वातंत्र्यपूर्व काळी १९३० मध्ये त्यांना पडलं ज्याचे परिणाम दिसून येण्यास तब्बल बत्तीस वर्षे उलटावी लागली.

त्यांचं दुसरं स्वप्न असं–

''एका कॅम्पमध्ये सामील असताना मी एक चित्रविचित्र स्वप्न पाहिलं. त्या स्वप्नात मी पाहतोय की हिंदू घराण्यातील एका सुकन्येबरोबर माझा विवाह होतोय अन् वधूला आपल्या घरी घेऊन जात असताना मला रस्त्यात एक बुजुर्ग हिंदू वजीर तेजराम भेटतात (त्यांचा मृत्यू मार्च १९८० मध्ये जम्मूत झाला). अन् मला विनंती करतात की त्यांच्या कुटुंबातील स्त्रिया घरात बसल्या असून त्यांना मला पाहण्याची व माझे हस्तावग्रहण करण्याची त्यांना उत्कंठा लागली आहे.

मी वरातीतील लोकांना थोडावेळ थांबण्याची सूचना करून त्यांच्या घरी गेलो असता तेथील स्त्रियांनी मला सोन्याच्या नाण्यांचा नजराणा पेश केला. नंतर मी खाली येऊन पाहतो तर सारी वरात वधूसमवेत निघून गेलीय. ते लोक कोणत्या मार्गाने गेले असावेत याचाही अंदाज येईनासा झाला.

असो! मी एकाकी प्रवास सुरू केला आणि एका पहाडाच्या बाजूने छोट्या पायवाटेवरून चालू लागलो. तेवढ्यात त्या पहाडांमधून गोळ्या झाडल्याचा आवाज आला आणि मी पुरता घाबरून गेलो. मग मनाशीच म्हणालो, असेल कदाचित कोणी शिकारी! म्हणून पुढे वाटचाल सुरूच ठेवली पण वरातीचा काही ठावठिकाणा लागेना.

शेवटी ती पायवाट एका महामार्गाला जाऊन मिळाली अन् त्यावरील गाड्यांच्या चाकांच्या निशाणांवरून माझी खात्री पटली की मी योग्य मार्गावर आलोय. तेथून मी उजव्या बाजूला वळलो असता काय पाहतोय तर माझं घर एका भव्य महालात रूपांतरित होऊन समोर उभं ठाकलंय. तिथं एका व्यक्तीशी माझी भेट झाली अन् मी त्याला महालातील स्नानगृह दाखवण्यासाठी घेऊन गेलो. तिथं बसवलेल्या

आरशांकडे इशारा करीत मी त्याला म्हणलो की, हे आरसे खास स्वित्झर्लंडहून मागवले आहेत. मी महालाची दालनं पार करताना कित्येक खोल्यांमध्ये गेलो. तेथील एका खोलीत गालिचे अंथरले होते अन् खुर्च्यांची आसनं मांडून ठेवली होती. ती खोली जणू मला दिवाणखानाच वाटली!

त्या दिवाणखान्यातून बाहेर पडतोय तर माझी बहीण समोरून येताना दिसली. तिनं माझ्या खांद्यावर एक उंची-मुलायम शाल लपेटली अन् मला पवित्र कुराण ऐकवण्याची विनंती केली. मी एक एक आयता खास ढंगात उच्चारू लागताच ती हमसून रडू लागली अन् तेवढ्यात मला जाग आली.''

या स्वप्नाबाबत शेख अब्दुल्ला आत्मचरित्रात म्हणतात, की त्याचा अर्थ माझ्यापेक्षा माझे वाचकच चांगल्या प्रकारे सांगू शकतील. पण मी एवढं खात्रीपूर्वक सांगू शकतो की, माझं स्वप्न अर्थशून्य निश्चितच नव्हतं. नव्हे! त्यातून मला माझ्या भवितव्याचे संकेत प्राप्त होत होते.

शेख अब्दुल्लांचं देशाच्या स्वातंत्र्यासाठी परिश्रम घेणं, काँग्रेस पक्षाशी मैत्री करणं, काश्मिरचा कारभार सांभाळणं, वैचारिक मतभेद होणं आणि पुन्हा त्यांना कारावास भोगावा लागणं या आणि अशा ऐतिहासिक घटना आम्हास ठाऊकच आहेत. आणि पूर्वानुमानाचे संकेत देणाऱ्या या साऱ्या घटना त्यांच्या स्वप्नात सामावलेल्या दिसून येतात. फक्त त्यांच्या बहिणीनं त्यांना शाल लपेटणं, त्यांनी कुराणातील आयता म्हणणं अन् हे म्हणत असताना तिनं हमसून रडणं या घटना कशाच्या द्योतक होत्या त्याची मात्र कल्पना करता येत नाही. या संबंधात शेख अब्दुल्ला लिहितात–

"माझी बहीण मीर जान बेगम अत्यंत पवित्र अन् ईश्वरनिष्ठ स्त्री होती. खरोखरच ती अल्ला-तालाची परमभक्त होती. तिच्या शिकवणुकीचा माझ्या पत्नीवर खोलवर परिणाम झाला होता. माझ्या या प्रिय भगिनीचे मी दिल्लीत तुरुंगात असताना एकाएकी हृदयविकाराने निधन झाले. मी तुरुंगातून तिच्या कबरीवर कोरण्यासाठी महान कवी इकबाल यांचे काही शेर लिहून पाठवले!''

खुशवंत सिंह

खुशवंत सिंह हे एक प्रसिद्ध इतिहासकार, लेखक आणि पत्रकार आहेत. एवढंच नव्हे तर त्यांचं सारं आयुष्य– अगदी जन्मापासूनचं– अत्यंत श्रीमंतीत गेलंय. परंतु स्वप्नांबाबत त्यांच्याच शब्दात सांगायचं झालं तर ते म्हणतात, "मला माझी स्वप्नं नेहमीच भीतिदायक वाटतात. जणू काही मृत्यूची दहशतीची छायाच माझ्यासमवेत वावरतेय असं मला वाटतं. ज्यांच्यावर मी जिवापाड प्रेम करतो त्या माझ्या माता-पित्यांचा अन् माझ्या अपत्यांचा मृत्यू मला स्वप्नात दिसतो. अन् मला जर कोणी म्हटलं की, जा आणि रात्रीतून स्मशानभूमीला एक वेढा मारून ये, तर माझी टाप नाही!"

मला एवढंच माहीत आहे की, त्यांचा जन्म १५ ऑगस्ट १९१५ रोजी झेलमपासून आठ मैलांवर असलेल्या शाहपूर-सरगोधाजवळील हडाळी या गावी झाला. हा भाग तळ्यांचा (थल) असल्यानं तिथं जन्मलेल्यांना थलोची असं म्हटलं जाई. पण जी दहशत त्यांना स्वप्नांमध्ये वाटे ती त्या तळ्यांमुळे मात्र निश्चितच नव्हती. या दहशतीचं कारण त्यांच्याच शब्दांत सांगायचं झालं तर त्याची मुळं लहानपणीच्या एका घटनेत रुजलेली दिसून येतात. एकदा त्यांनी प्रसूतीसमयी आपल्या चाचीचा मृत्यू पाहिला. मृत्यूशय्येवर असताना तिला यमराजाच्या आगमनाची चाहूल लागली होती. पण माझ्या मते ही काही अशी घटना नव्हे की, जिने त्यांच्या उर्वरित आयुष्यात सतत दहशतीचा पाठपुरावा करीत राहावा.

याशिवाय ज्या माणसाला कोणत्याही गोष्टीची कधीही ददात भासली नाही, त्याला स्वप्नांमध्ये अशा गोष्टींची का भीती वाटावी की ते एखाद्या बैठकीला वा समारंभाला गेलेयत् तर डोक्यावर पगडीच बांधलेली नसावी वा कमरेला वस्त्रच गुडाळलेलं नसावं अन् म्हणून त्यांनी स्वप्नातून दचकून उठावं!

ज्या माणसाला कधी कोणती गोष्ट मिळाली नाही असं झालं नाही आणि ज्या स्त्रियांची ज्याने जागेपणीसुद्धा वांछना केली नाही अशा रस्त्याने जाणाऱ्या, अनोळखी स्त्रिया रात्रीला बिछान्यात असल्याची स्वप्नं त्यांना का बरं पडावीत?

आपल्या या स्वप्नांविषयी सांगताना खुशवंतसिंहजी मला म्हणाले की, तुझ्यात धैर्य असेल तर हेसुद्धा लिही की, जेव्हा मी तुझ्या 'पिंजर' या कादंबरीचा इंग्रजीत अनुवाद करीत होतो तेव्हा मी लंडनला जाण्यासाठी साता समुद्राची सफर करीत होतो. त्या एक महिन्याच्या प्रवासातच मी तुझ्या कादंबरीचा अनुवाद पूर्ण केला. त्या दरम्यान, एवढंच नाही तर त्या नंतरसुद्धा पुढं काही महिने तुझ्या कादंबरीची नायिका 'पूरो' सारखी माझ्या स्वप्नात यायची आणि पाहता पाहता मला तिच्यात तुझंच रूप दिसू लागायचं.

मदनजीतसिंह

श्री. मदनजीतसिंह हे एक कलाकारही आहेत आणि भारताचे प्रतिनिधीसुद्धा! 'इंडियन स्कल्प्चर' आणि 'इंडिया एण्ड हिमालयन आर्ट' ही त्यांची दोन पुस्तके युनेस्को मार्फत प्रकाशित झाली आहेत. आपल्या स्वप्नांसंबधी 'द व्हाईट हॉर्स ऑफ विष्णूज ड्रीम्स' हे पुस्तकसुद्धा त्यांनी लिहिले असून ह्यामध्ये स्वप्नांद्वारे मिळणाऱ्या संकेतांचा त्यांनी तपशीलवार उल्लेख केला आहे.

काही वर्षांपूर्वी स्त्रियांच्या गळ्यातील सोनसाखळ्या हिसकावण्याच्या कित्येक दुर्घटना घडल्या होत्या. या दुर्घटनांपैकी एक भयानक घटना अशी होती की, एका स्त्रीने सोनसाखळी खेचणाऱ्याचा सामना केला असता त्या गुंडाने तिच्यावर गोळी झाडली. ती स्त्री दुसरी-तिसरी कोणी नसून मदनजीतसिंहांची बहीणच होती. आणि या घटनेचा संकेत ते दूरवर परमुलखात असताना त्यांना स्वप्नातून मिळाला होता. त्यांना मिळालेला पूर्वसंकेत हुबेहूब अशाप्रकारचा होता की जो त्यांना जवाहरलाल नेहरूंच्या मृत्यूसमयी आणि तत्पूर्वी आपल्या पिताजींच्या मृत्यूसमयी मिळाला होता.

कोणत्याही प्रिय व्यक्तीच्या मृत्यूचा संकेत त्यांना नेहमी पाण्याच्या रूपाने मिळत असतो आणि पाण्याचा लोंढा एवढ्या प्रमाणात वाढतो की, त्यामध्ये आजूबाजूची घरं-दारंसुद्धा बुडू लागतात.

जवाहरलालजींच्या मृत्यूसमयी त्यांनी (स्वप्नात) एका जनसमुदायाला मिरवणुकीच्या रूपात पाहिलं होतं. ज्यामध्ये सजवलेले हत्ती होते आणि

काँग्रेस पक्षातील कित्येक लोक झेंडे फडकवत त्या मिरवणुकीतून निघाले होते. अन् पाहता पाहता या जनसमुदायानं हेलकावणाऱ्या जललहरींचं रूप धारण केलं आणि लोकांच्या टाळ्यांच्या कडकडाटानं जलगर्जनेत रूपांतर केलं.

आपल्या बहिणीच्या मृत्यूचा संकेत हजारो मैल दूर असताना त्यांना अशा रूपानं मिळाला होता की, ती पाण्याच्या कडेला उभी होती पण पाणी मात्र वर वर चढू लागलं होतं. पाणी जसजसं चढू लागलं तसतशी ती मागं मागं सरू लागली. पण मागं सरकायलासुद्धा जेव्हा जागा राहिली नाही तेव्हा ती एका पहाडावर चढू लागली. पण तो पहाडसुद्धा हळूहळू पाण्यात बुडू लागला.

कुराणातील युसुफ

कुराणाच्या बाराव्या सर्गात युसुफच्या एका स्वप्नाचा उल्लेख आहे. त्या स्वप्नात एका रात्री त्याला चंद्र, सूर्य आणि अकरा तारे दिसले.

नंतर जेव्हा युसुफने हे स्वप्न आपल्या अब्बाजानला सांगितले तेव्हा त्यांनी सल्ला दिला की, तू हे स्वप्न आपल्या भावंडांना सांगू नकोस. अन्यथा ते तुझ्या विरोधात जरूर काहीतरी कट-कारस्थान रचतील.

युसुफने जरी हे स्वप्न आपल्या भावंडांना सांगितले नाही तरीसुद्धा त्यांनी त्याच्या विरुद्ध कट केलाच. अब्बाजानची युसुफवर जरा जास्तच मेहेरनजर होती याचा त्यांना नेहमी हेवा वाटे. म्हणून एके दिवशी ते त्याला दूर जंगलात घेऊन गेले व तेथे एका खोल खड्ड्यात फेकून दिले.

पुढील कथा तुम्हा सर्वांना बहुधा ठाऊक असेलच. त्या खड्ड्याजवळून एक तांडा जात असताना, त्यांनी पाण्याचा शोध घेता घेता खड्ड्यात डोकावून पाहिलं तर तिथं त्यांना युसुफ विव्हळताना दिसला. तांड्यातल्या लोकांनी युसुफला त्या खोल खड्ड्यातून बाहेर काढले खरे, पण शहरात पोहोचल्यावर काही चांदीच्या मोहरा घेऊन त्याला विकून टाकले. अशाप्रकारे युसुफ पुन्हा एकदा गुलामीच्या खोल गर्तेत फेकला गेला.

आणि खरे तर येथूनच जुलेखाची कहाणी सुरू होते. जी युसुफच्या सौंदर्यावर मनोमन भाळली होती. या घटनेसंबंधात कुराणात म्हटलंय की, येथून पुढेच युसुफला स्वप्नांचा अन्वयार्थ लावण्याचे ज्ञान प्राप्त झाले.

परवरदिगारने त्याच्यावर कृपा केली होती... आणि त्या इराणी सौंदर्यसम्राज्ञीने जेव्हा पुढचं पाऊल उचललं... कदाचित युसुफलादेखील तिची ओढ लागली असावी, तेव्हा खुदाने केलेला एक इशारा त्यानं ओळखला, आणि त्यामुळंच तो स्वत:ला त्या पापकर्मापासून दूर ठेऊ शकला. युसुफच्या स्वप्नांचा अन्वयार्थ काय होता आणि खुदाने त्याला काय इशारा केला याचा तपशील मात्र प्राप्त होत नाही. मात्र हे बरीक खरं की, युसुफला स्वप्नांचा अन्वयार्थ लावण्याचे ज्ञान निश्चित प्राप्त झाले होते.

त्यानंतर कुराणात त्या दोन स्वप्नांचाही उल्लेख आहे की, युसुफच्या इराणी मालकाने त्याच्या सचोटीवर संशय घेतला आणि त्याला तुरुंगात डांबले. तेथे त्याच्या कैदी मित्रांना दोन स्वप्नं पडली. स्वप्नात एकजण द्राक्षांचा रस काढीत होता तर दुसरा डोक्यावर भाकरीचं गाठोडं घेऊन चालत असताना पक्ष्यांनी येऊन त्या भाकरी खाऊन टाकल्या.

युसुफने दोन्ही स्वप्नांचा अर्थ सांगितला तो असा की, द्राक्षाचा रस काढण्याचं स्वप्न ज्याला पडलं त्याची तुरुंगातून सुटका होईल आणि तो स्वत: बादशहा सलामतला दरबारात द्राक्षाचा रस अर्पण करेल. पण... दुसरा ज्याच्या भाकरी पक्ष्याने खाऊन टाकल्या, त्याला मात्र मृत्यूदंडाची शिक्षा मिळेल.

युसुफने या दोन्ही स्वप्नांचा लावलेला अन्वयार्थ तंतोतंत खरा ठरला.

कुराणात आणखी एका स्वप्नाचा उल्लेख आहे जे त्यावेळच्या बादशहाला पडलं. त्यात त्यानं पाहिलं की, सात गाई अत्यंत धष्ट-पुष्ट असून आणखी सात गाई मात्र अत्यंत कृश झाल्या आहेत. धन-धान्यानं सात कणगी काठोकाठ भरल्या आहेत तर अन्य सात कणगी मात्र पूर्ण रिकाम्या आहेत.

युसुफचा कैदी मित्र, जो बादशहाच्या दरबारात काम करीत होता त्याने बादशहाकडे थोडा वेळ मागून घेतला आणि तुरुंगात जाऊन युसुफला स्वप्नाचा अर्थ विचारला. त्यावर त्या स्वप्नाच्या आधारे

युसुफने सांगितले की, सात वर्षे भरपूर धनधान्याची पैदास होईल आणि त्यानंतरची सात वर्षे मात्र भयानक दुष्काळाचा मुकाबला करावा लागेल. त्यानंतर मात्र असं एक वर्ष उजाडेल की त्या वर्षी इतकी पर्जन्यवृष्टी होईल की लोक केवळ द्राक्षाचा रसच प्राशन करू लागतील.

उघड आहे की, युसुफने स्वप्नांचा लावलेला हा अर्थही खरा उतरला.

– अनुवाद : ए. एम. देशमुख

◆

स्वप्ने संपूच नयेत

देव आनंद

पाली हिलच्या माझ्या स्टुडिओत मी घरून आलो की माझ्या कामास सुरुवात होते. मी सतत कामात असतो. एक क्षणसुद्धा वाया घालवत नाही. एक क्षण संपला की दुसरा क्षण तुमची वाट पाहात असतो. त्या क्षणात तुम्ही गुंतून राहिले पाहिजे. तुम्हाला मिळालेला क्षण आनंदात घालवला पाहिजे. दुःखाचे क्षण आयुष्यात येतात; पण ते विसरून पुढे गेले पाहिजे. आज माझे वय ऐंशी आहे. पण म्हातारपणात माणसे जशी कुरकुरत राहतात, अस्वस्थ राहतात असे म्हातारपण माझ्या आसपाससुद्धा फिरकत नाही. सतत क्रियाशील राहिले की माणूस तरुण राहतो. आजही मी माझ्या नवनवीन कल्पनांत रमलेला असतो. एक चित्रपट संपला की दुसरा चित्रपट माझ्या मनात सुरू असतो. थांबणे मला मान्य नाही. कशासाठी वळणावर थांबायचे? नवनवीन वळणे घेत प्रवास करण्यात आनंद आहे. तरुण, प्रतिभावंत कलावंतांच्या सहवासात माझा दिवस जातो. त्यांच्याबरोबर काम करताना मला माझे जुने दिवस आठवतात. ती धावपळ आठवते. आजची तरुण मुले प्रतिभावंत आहेत. नवनवीन आव्हाने पेलण्याची ताकद त्यांच्यात आहे. त्यांच्याबरोबर स्टुडिओत मी रमतो. रामगोपाल वर्मा यासारखी अनेक आघाडीची चांगली माणसे स्टुडिओत येतात. त्यांचे काम चालू असते, मी सगळे पाहात असतो. निराशेच्या कुठल्याही क्षणापासून मी दूर असतो. माझे काम संपले की मी पेंटहाऊसमध्ये येतो. माणसे मला भेटतात, आपले अनुभव सांगतात. मी त्यांना माझे अनुभव सांगतो. एकमेकांचे अनुभव शेअर करण्यात आनंद असतो. अनेक वर्षांपासून व्हिन्सेंट व्हॉन गॉगचे सुंदर चित्र पेंटहाऊसमध्ये लावलेले आहे. आजूबाजूला माझी आवडती

पुस्तके माझ्या सान्निध्यात असतात. एस. डी. बर्मनदांचा आणि माझा खूप वर्षांपूर्वीचा एक फोटो माझ्याजवळच असतो. एकीकडे लिहिण्याचे काम चालू असते. मनात अनेक कल्पना घोळत असतात. बी.बी.सी. वर करण जोहरला माझी मुलाखत हवी असते. जवळची अनेक माणसे मला आपला अनुभव सांगण्यासाठी बोलते करण्याचा प्रयत्न करतात. मी बोलतो. पण फार काळ त्यांच्यात रमत नाही. कारण त्यांना सगळं सांगण्यापेक्षा मीच माझे आत्मचरित्र लिहून काढले आहे. पॅरिसच्या मातब्बर प्रकाशकाकडून ते प्रसिद्ध होणार आहे. १९४०-४२ च्या सुमारास मी लाहोरहून मुंबईला आलो. पुण्याला काही काळ राहिलो. ते जुने पुणे मला सतत आठवते. मध्यंतरी पुण्याला गेलो तेव्हा लकी रेस्टॉरंटमध्ये मी आवर्जून गेलो. आयुष्यातले अनेक क्षण त्या रेस्टॉरंटमध्ये गेलेले मला आठवले. पुण्याहून मुंबईला आलो. पुन्हा मागे वळून पाहिले नाही. १५ ऑगस्ट १९४७ चा स्वातंत्र्यदिवस पाहिला. देशाचे स्वातंत्र्य पाहिले. चित्रपटसृष्टी गेली साठ वर्षे मी पाहात आहे. त्यातले अनेक चढउतार पाहिले. समरसून चित्रपटसृष्टीत राहिलो. जगलो.

हे सगळं सांगत असताना झोपेत पडलेल्या स्वप्नांचा शोध चालूच असतो. मृत्यू आणि स्वप्ने यांचा नातेसंबंध धुंडाळण्यात आनंद आहे. मृत्यू हा सगळ्या गोष्टींचा शेवट असतो. मी मृत्यूला घाबरत नाही. तो कधी तरी येणार आहेच. म्हणून का आपले जगणे उदासवाणे करायचे? तो येईल तेव्हा येईल. आपण आपल्या जगण्यापासून दूर जाता कामा नये. मृत्यू काय आहे? कुणाकडे याचे उत्तर नाही. माणूस चांगला असला, कसाही असला तरी त्याला मरणाकडे पोहोचायचे आहे. मृत्यू कुठून येतो? याचं जसं मला कुतूहल आहे, तसंच स्वप्नांविषयी आहे.

स्वप्ने कोठून येतात?
याचा पत्ता लागत नाही
पंतप्रधान असो, बादशहा असो,
सामान्य माणूस असो
कुणालाही सतत स्वप्ने पडत असतात

कुणाला स्वप्ने आठवतात
कुणाला आठवत नाहीत
स्वप्न पडते ती रात्र मजेशीर असते
आपण जागे झालो की स्वप्न आठवते
पुन्हा आपण झोपी जातो
नंतर स्वप्न पडतातच असे नाही
कधी स्वप्नांमागून स्वप्ने येतात
एक स्वप्न संपले की
दुसरे स्वप्न येते
स्वप्नभूमीत माणूस झोपी जातो
स्वप्नांना कुठलाही माणूस चालतो
स्वप्नांची दुनिया अजब असते
स्वप्नात माणसे गुंगून जात असतात

स्वप्नात कुणाला SEX होतो तशी स्वप्ने पडतात. मला अशी स्वप्ने कधीच पडली नाहीत. ज्या गोष्टी कधी पाहिल्या नाहीत त्या स्वप्नात येतात. ज्या गोष्टी आपण पाहतो त्याही स्वप्नात येतात. अली पीटर जान माझा मित्र आहे. त्याने मला अरुणची ओळख करून दिली. अरुण कविता करतो हेही त्याने मला सांगितले. आता हा संदर्भ कधीतरी माझ्या स्वप्नात येईल किंवा येणारही नाही. पण दररोजच्या जगण्यातल्या संदर्भातून स्वप्ने आपली जागा शोधत असतात. अशी कुठली System आहे की स्वप्ने आपल्याला पडतात. या System चा शोध घेतला पाहिजे. मृत्यू आणि स्वप्न यांचा शोध घेण्याची गरज आहे. दोन्ही गोष्टी अनाकलनीय आहेत. दिसतात पण समजत नाहीत. मला खूप स्वप्ने पडतात.

लहानपणापासून स्वप्न पडत आहेत. पण सगळीच स्वप्ने आठवत नाहीत. तेवढ्यापुरते स्वप्ने आठवते. मग मी ते विसरून जातो.

कधी कधी पटकथेतील अनेक सीन स्वप्नात येतात. स्वप्नातून जाग आली की तो सीन ब्रेक झाल्यासारखे वाटते. स्वप्नात अनेक गोष्टी सुचतात. पण त्या लिहिता येत नाहीत. लिहिण्यापूर्वीच त्या विस्मरणात जातात. स्वप्ने बदलत जातात. लहानपणी मला पडलेली स्वप्ने मी

आईवडिलांना सांगितली असतील. पण आज त्यातले काहीच स्मरत नाही. मी चांगला शिकलो, मुंबईत आलो. गेली साठ वर्षे चित्रपटसृष्टीत आहे. या सगळ्या गोष्टी एका स्वप्नातून दुसऱ्या स्वप्नात गेल्यासारख्या वाटतात.

स्वप्नं चांगली असतात
स्वप्नात दुःख नाही
स्वप्न नशा आहे.

मी सतत सोळा तास काम करत राहतो. झोपेत पडलेल्या स्वप्नात गुंतून राहणे मात्र आवडत नाही. माझी स्वतःच्या आयुष्यातील अनेक स्वप्ने पूर्ण झालेली आहेत. स्वप्नात मी राहात नाही. एक क्षण संपला की दुसरा क्षण सुरू होतो. स्वप्नांना शेवट नसतो. मृत्यू आपल्याला थांबवतो. स्वप्ने सुरूच असतात. मी सतत काम करतो. स्वप्नांची कुठलीच आठवण माझ्या मनात नाही. मी काम करतो म्हणून जिवंत आहे. झोपेतल्या स्वप्नांशी मला काही देणे-घेणे नाही. झोपेतील स्वप्ने तेवढ्या काळापुरती मी पाहातो. अनुभवतो. पहाटे माझे जगणे सुरू होते.

शब्दांकन : अरुण शेवते

◆

ब्लॅक अॅण्ड व्हाईट

दीप्ती नवल

स्वप्नांची दुनिया रंगीबेरंगी असते असं म्हणतात. पण माझ्या बाबतीत तसं नाही! मला स्वप्नं पडतात ती कायम ब्लॅक आणि व्हाईटमध्येच असतात. स्वप्नात मला मी दिसते, माझी आई दिसते पण असं कधी दिसत नाही की आईनं पिवळी साडी नेसलीय किंवा मी निळे कपडे घातलेत. जणू काही कुणीतरी माझ्या स्वप्नांचे रंगच म्यूट करून टाकलेत असं वाटतं.

माझी स्वप्नं मी पाहते ते प्रेक्षक म्हणूनच! माझ्या डोक्यात जणू थिएटरसारखं न्यूजरीळच चालू असतं. अनेकविध प्रतिमांचं एक कोलाजच असतं माझं स्वप्नं म्हणजे! मला हमखास पडणारं एक स्वप्न म्हणजे मी प्लॅटफॉर्मवरून धावतेय एकटीच! ट्रेन पकडण्यासाठी जिवाचा आटापिटा करतेय, भोवती इतर कुणीही नाही. आणि माझी ती ट्रेन चुकते. अजूनपर्यंत तरी मी त्या स्वप्नात ट्रेनमध्ये चढू शकलेली नाही.

एक स्वप्न मला पडलं ते अगदी विचित्र! त्याचा अर्थ कसा लावायचा ते माझं मलाच कळलं नाही. ते स्वप्न असं होतं– पावसाळ्याचे दिवस, छोटंसं शहर असावं ते! मुंबई नव्हतं. 'कथा' सिनेमाच्या शूटिंगमध्ये होती तशी एक चाळ! तिथंच आसपास गोदामंसुद्धा आहेत. उदासवाणं वातावरण, मोडका जिना! त्या जिन्यावरून मी चढते, पहिला मजला येतो मग दुसरा येतो. त्या मजल्यावर एक षट्कोनी खोली आहे, तिथल्या छोट्या खिडक्यांतून आत उजेड येतो. इतक्यात मला स्त्रीच्या कण्हण्याचा आवाज येतो. मी बघते तर तिथं एक स्त्रीचा चेहरा असतो पण त्या चेहऱ्याला शरीर नसतं. त्याऐवजी तिथं एक वेल असते. त्या वेलीची मुळं भिंतीत रुतलेली असतात, त्या मुळांच्या आसपास शेवाळंही वाढलेलं असतं. गंमत म्हणजे ती

चाळ मुळीच ओसाड वगैरे नसते. एका बाजूला ती वेल असताना इतर ठिकाणी माणसं राहात असतातच. त्या वेलीच्या तंतूंच्या अनेक गुंडाळ्या हातांसारख्या मला बोलावताहेत असा मला भास होतो. वाटतं की मी इथं जर जास्त थांबले तर माझीदेखील त्या स्त्रीसारखी अवस्था होईल. मीदेखील हिच्यासारखी भिंतीत रुतून बसेन. मग मी घाईघाईनं तिथून बाहेर पडण्याचा प्रयत्न करते.

काय असावा ह्या स्वप्नाचा अर्थ? माझ्या स्वत:च्या जीवनाशी त्याचा अर्थ लावायचा म्हटलं तर संगती लागत नाही. कारण माझं आयुष्य मी माझ्या मर्जीप्रमाणे जगले. मला कुणीही कधीही दडपून ठेवलं नाही. जी मी इच्छा केली ते सर्व मला मिळालं. माझे वडील खूप आधुनिक विचारांचे होते. त्यांनी मला स्वातंत्र्य दिलं, मोकळेपणाने वाढवलं. प्रकाश झांशी माझं लग्न झालं. ते स्वत: तर भारतातील स्त्रीच्या बदलत्या जीवनाविषयीच चित्रपट काढतात. मग माझ्या मनात कुठली भीती किंवा पूर्वानुभव असावा की त्यामुळे हे स्वप्न मला पडतं? मी पूर्वजन्म मानते. ती कदाचित मागच्या जन्मातील धूसर प्रतिमा असावी किंवा माझ्या आजीची किंवा पणजीची आठवण माझ्या जीन्समधून वाहात आली असावी. नाहीतर ह्याला दुसरं उत्तर काय देणार?

माझं मन, माझे विचार सतत चालत असतात. काही महिन्यांपूर्वीची गोष्ट! मला एक स्वप्न पडलं. एक विद्युतदाहिनी आहे. मोठी तंदूरची भट्टी असावी तशी जागा आहे ती! मी बाजूला उभी आहे, वाट पाहत आहे की मी आत कधी जाणार? पण आसपासच्या लोकांना स्ट्रेचरच मिळत नाही. मी मनाशी म्हणते- किती हा वेळ वाया चाललाय! किती वेळ मी नुसती उभी आहे. इतक्यात त्यांना स्ट्रेचर मिळतं. त्या विद्युतदाहिनीला छोटीशी खिडकी असते. तिच्यातून माझं स्ट्रेचर आत जाता जात नाही. इतक्यात मला दिशा– माझी मुलगी दिसते. ती मला ओरडते, "आई, ये इकडे! काय करतेस तू? Come back my child." तिचं बोलणं ऐकून मी वैतागून स्ट्रेचरवर झोपलेली असते ती उठून बसते. दिशा ओरडते परत, "Come back my child." तेव्हा मी तिथून उठते आणि बाहेर पडते. खरोखरच, काय म्हणावं ह्या स्वप्नाला? मजेशीर म्हणावं की मूर्खपणाचं म्हणावं, पण त्याला काहीतरी अर्थ आहे निश्चितच!

अशा स्वप्नांशिवाय मला साधीसुधी स्वप्नंदेखील पडतात. दिवसभर घडतं त्याचं रात्री मेंदूत पुन:प्रक्षेपण होतं. मला मुंबईत राहायचं नसतं. न्यूयॉर्कला परत जावंसं वाटत असतं. पण शूटिंग असल्यानं मला जाता येत नाही. अशा वेळी हमखास स्वप्नं पडतंच की शूटिंग काही कारणानं कॅन्सल झालेलं आहे आणि मी न्यूयॉर्कला जाऊ शकते आहे. पण सकाळी उठल्यावर कळतं की कॅन्सलबिन्सल काहीही नाही. सर्व आटपून शूटिंगला जायलाच हवं आहे. मनात एखादी तीव्र इच्छा असली की ती स्वप्नात पुरी झालीय असं सर्वांचच होतं! फक्त उठल्यावर निराशा पदरी येते, कारण स्वप्नांचे जादुभरे क्षण झोप संपल्यावर निसटून जातात. याविरुद्ध भीतिदायक स्वप्नांच्या बाबतीत होतं. कधी कधी स्वप्नात वाटतं की आपण उंचावरून खाली पडतो आहोत तेव्हा मात्र उठल्यावर हायसं वाटतं. आपल्याला काहीही झालेलं नाही. आपण धडधाकट आहोत ही भावना मन सुखावून जाते.

भविष्यात घडणाऱ्या गोष्टी मात्र मला स्वप्नात कधीही दिसलेल्या नाहीत. पण जागेपणीच असे काही संकेत किंवा पूर्वसूचना मला मिळालेली आहे. म्हणजे असं काहीतरी घडेल असं मला उगीचच वाटतं आणि नंतर तसं घडतं.

स्वप्नात मी बरेचदा ॲक्टिंगच करत असते. दिवसा शूटिंग झालेलं असलं, जीव तोडून एखादा सुंदर शॉट दिला असेल तर रात्री पुन्हा पुन्हा तो सीन माझ्या स्वप्नात येतो. जणू ते क्षण मी स्वप्नात पुन्हा जगते. मात्र काही कारणांनी एखाद्या दिवशी शॉट मनासारखा झाला नाही तर रात्री मला झोपच येत नाही. का मी एवढा वाईट शॉट दिला असं सारखं मनात येत राहतं. मी चित्रकारदेखील आहे पण चित्रांविषयी मला कधी स्वप्नं पडत नाहीत. मात्र झोपेत मला कवितेच्या ओळी सुचतात कधी कधी! एकदा तर मी झोपेतून उठून त्या ओळी लिहून ठेवल्या, न जाणो सकाळी उठल्यावर आठवल्या नाहीत तर?

यही कही मिली हूँ तुमसे पहले
बहुत पहले
यही कहीं तुमने वादा किया था फिरसे मिलने का

ह्या त्या ओळी! नंतर मी पुढे बाकीची कविता लिहिली.

वयाच्या सहाव्या वर्षीच मी अॅक्ट्रेस व्हायचं ठरवलं होतं. आयुष्याबद्दल मी जी काही स्वप्नं पाहिली ती पुरी झाली. ज्या तऱ्हेचा सिनेमा मला करायचा होता तो मला करता आला.

माझ्या स्वप्नात चेहेरेदेखील येतात कधी कधी! मी बसले आहे, सुलभाताई देशपांडे माझ्या बाजूला बसून काहीतरी बोलत आहेत असं स्वप्न पडलं होतं एकदा मला!

बासू भट्टाचार्य हे माझे मार्गदर्शक! गुरू! ते हॉस्पिटलमध्ये होते, आजारी होते. त्याचवेळी इगतपुरीला एका उपासनेच्या कोर्सला मला जायचं होतं. कुणीतरी म्हटलं की तू इथं राहून काय करणार? त्यापेक्षा तिथं जाऊन बासूदांसाठी प्रार्थना कर. इथं हॉस्पिटलमध्ये नुसती बसून राहशील. मी इगतपुरीला गेले. तिथं पहाटे साडेचारला उठायचं अशी पद्धत होती. त्यावेळी उठवणारी बेल वाजायची. साडेचार ते साडेपाच आपल्या खोलीतच बसून ध्यान करायचं. मग साडेपाच ते सहा सर्व आटोपून सहा वाजता नाश्ता! सात वाजता सर्वांनी हॉलमध्ये एकत्र बसून मास मेडिटेशन असा कार्यक्रम होता.

मी त्या कोर्सला जाऊन दोन किंवा तीन दिवस झाले असतील. एक दिवस पहाटेची घंटी वाजली. मी उठले व ध्यान करायला बसले. थोडा वेळ गेला. नंतर मला जाणवलं की एरवी खोलीबाहेर लोकांची वर्दळ थोडीतरी जाणवते पण आज कुठेच हालचाल नव्हती. नंतर मला कळलं की मी रात्री अडीच वाजताच उठून ध्यान करू लागले होते. दुसऱ्या दिवशी मला कळलं की बासूदा आदल्या रात्रीच अडीच वाजता गेले. जणू काही जाता जाता ते मला गुडबाय करूनच गेले. त्यांच्या बोलण्यातून खूप माहिती मिळायची मला! रवींद्रनाथांच्या कितीतरी कविता ते मला म्हणून दाखवायचे, त्यांचा अर्थ सांगायचे. बासूदांशी बोललं की बॅटरीज पुन्हा रिचार्ज झाल्यासारखं वाटायचं.

अमृता प्रीतम स्वप्नांबद्दल खूप लिहितात. स्वप्न ह्या विषयावर चार पुस्तकं आहेत त्यांची! त्यांनी स्वप्नविषयक एक मासिकसुद्धा काढलं होतं. 'नागमणी' नावाचं! पूर्वी एकदा मला त्यांनी सांगितलं होतं, मला वाटतं जानेवारी १९९४ चे दिवस होते ते! त्या म्हणाल्या होत्या की तू एक स्वप्नांची दैनंदिनी ठेव. तुला पडणारी स्वप्नं त्यात लिहून ठेव. मग

आपण त्या स्वप्नांचा अन्वयार्थ लावू. त्याप्रमाणे मी एक डायरी घेतली. मला पडलेलं एक स्वप्न त्यात नोंदवून ठेवलं. ते स्वप्न असं होतं.

खूप धूर पसरलाय. मला वाटतं ते एअरपोर्टचं लाउंजच असावं. त्या धुरातून ते उंचावलेले अनेक हात मला दिसतात. त्या इमारतीला आग लागलेली असावी एवढा धुराचा कल्लोळ! माझ्याबरोबर दीदी आणि अभिनव आहेत. आग लागल्याचं कळताच आम्ही घाईघाईनं अरायव्हल लाउंजच्या बाहेर येतो. विमानतळाच्या बाहेरच्या भागावरून असं वाटतं की एक तर तो दिल्लीचा एअरपोर्ट असावा किंवा न्यूयॉर्कचा! पण त्याचं छत मात्र फारच उंच आहे. मी रस्त्यावर उभी राहून वर पाहते आहे. मला ही सर्व माणसं वरच्या डाव्या बाल्कनीत गर्दी करून उभी राहिलेली दिसतात. उजव्या बाजूला देखील तशीच रुंद बाल्कनी आहे आणि त्यात लेंगे घातलेली पुष्कळशी लहान मुलं रांग करून उभी आहेत. बाल्कनीच्या कठड्याला रेलून ती मुलं उभी आहेत. सर्वांचे हात आमच्या दिशेनं पसरलेले आहेत. जणू ती मदतीसाठी आमची विनवणी करत असावीत असं वाटतं. पण त्यांची याचना मूक आहे. ती हाका मारत नाहीत की किंचाळत देखील नाहीत. ती मुलं अगदी मूकपणे उभी आहेत आणि धुरामुळे त्यांची प्रतिमा धूसर होऊन गेली आहे. आता डाव्या बाल्कनीला आग लागते. मी मला स्वत:लाच प्रश्न विचारते की ह्या इतक्या पुरुषांना आणि स्त्रियांना विचारते की ह्या इतक्या पुरुषांना आणि स्त्रियांना जिवंतपणे आगीत जळताना पाहून मला कुठल्या प्रकारचा विकृत आनंद होणार आहे? पण माझ्याकडून ह्या प्रश्नाचं मला काहीही उत्तर मिळत नाही. मात्र आता मी स्वत: अतिशय सावध झालेली असते त्याच वेळी माझ्या मनात धडकी भरलेली असते व पुढे काय होणार ह्याची काळजी वाटून माझ्या हृदयाचं पाणी पाणी होऊ लागलेलं असतं. हळूहळू अगदी मंद गतीनं, माझ्या डोळ्यांदेखत डाव्या बाल्कनीवरची एक तरुणी जळू लागते. तिचे केस अगदी बारीक कापलेले असतात, तिच्या अंगावर मर्लीन मन्रोसारखा लांडा फ्रॉक असतो. अगदी स्लो मोशनमध्ये ती आग पसरू लागते. त्या ज्वाळा आपल्या जिभल्या चाटीत त्या तरुणीला घेरू लागतात. अजिबात आवाज न करता ती स्त्री कोपऱ्यातून उजव्या बाजूला येते. अशी ती येत असताना धुरानं म्हणा की वाऱ्याच्या झुळकीमुळे म्हणा तिचा फ्रॉक

एकदम फुलारतो आणि तिच्या उघड्या मांड्या दिसतात. त्या मांड्या भाजून पांढऱ्या फटक पडलेल्या दिसतात.

उजव्या बाल्कनीतील मुलं अजूनही तशीच हात पसरून उभी असतात, धुरातच त्यांचे पुढे आलेले हात वितळून जमिनीवर पडताना मला दिसतात. एक प्रकारचा धप्प असा आवाज ऐकू येतो. आता धूर आणि धुळीचा लोट ह्यांच्या साम्राज्यात काहीच दिसेनासं होतं.

...आता मी एका वेगानं चाललेल्या वाहनात बसलेली असते. ते वाहन म्हणजे लिमोझिनसारखी उघड्या टपाची मोटार असते. माझ्या पाठी बसलेली सर्व माणसं अर्धवट किंवा पूर्ण भाजलेल्या अवस्थेत आहेत. एक माणूस ती गाडी चालवतोय. त्याच्या डाव्या बाजूला शाल लपेटून त्याची आई बसली आहे आणि त्याच्यामागे त्याच्या उजव्या बाजूला त्याची तरुण पत्नी आहे. आगीत भाजल्यामुळे त्यांना मरणप्राय वेदना होत आहेत. ड्रायव्हिंग करता करताच तो आपला डावा हात पुढे करून त्या स्त्रीला आपल्या मिठीत घेतो. त्या स्वप्नातलं शेवटचं दृश्य म्हणजे एकमेकांना कवटाळून धरलेली ती दोघं... ती दोघं त्याच अवस्थेत वाट पाहात आहेत जगबुडीची! कल्पान्ताची! जग नष्ट होणार आहे आणि त्याची जीवघेणी प्रतीक्षा ती दोघं करत आहेत.

हे स्वप्न मी लिहिलं मात्र आणि माझी मीच टरकले. कसली चित्रविचित्र स्वप्नं पडतात आपल्याला! त्या दिवसापासून आजतागायत एक स्वप्नदेखील मी लिहून ठेवलं नाही. डायरी अगदी कोरी पडलीय. त्या स्वप्नावर एक कविता लिहिली. 'Like Hands' नावाची.

Like Hands

Like hands
They melt and fell
Way beyond their reach
And the smoke
Covered their existance

Silent faces, huddled together
Trapped and without hope

They did not scream
Nor panic

In astonishing surrender
They held together

And waited for the world
To come to an end

Deepti

मला कधी कधी वाटतं की स्वप्न म्हणजे आपणच केलेला आपल्या अंतर्मनाशी संवाद! आपली आपल्याला तरी पूर्वओळख कुठे पटलेली असते? स्वत:शीच स्वत:चं नातं जोडण्याचा पूल म्हणजे ही स्वप्नं! माझा पूर्वजन्मावर विश्वास आहे. पुनर्जन्मच जर नसेल तर आपली ही सर्व धडपड व्यर्थच नाही का?

पुनर्जन्म नसेल तर सत्य काय, असत्य काय किंवा मग हातून घडलेल्या कुठल्याही गोष्टीबद्दल खंत, खेद किंवा आनंद वाटण्याचं कारणच काय?

माझ्या मते हातून घडलेल्या प्रत्येक कृतीसाठी आपण जबाबदार आहोत. आणि ह्या आपल्या दडपून टाकलेल्या भावना भले त्या या जन्माशी संबंधित असोत किंवा मागच्या जन्माशी, त्या आपल्या स्वप्नांतूनच व्यक्त होतात.

शब्दांकन : सविता दामले
◆

सपने पे पाँव पड़ गया

गुलज़ार

खरोखरच, स्वप्न म्हणजे नक्की असतं तरी काय? ते खरं असतं का खोटं असतं ह्यावर बरीच रुक्ष चर्चा होऊ शकेल. पण तरीही, मला स्वत:ला वाटतं की स्वप्न हे कधीही खोटं नसतं. कारण ते कुठल्या ना कुठल्या पातळीवर आपल्या जाणिवेतून, आपल्या अनुभवातून जन्माला आलेलं असतं. आता हेच पहा ना, पऱ्यांची कहाणी खोटीच असते. पऱ्या कधी खऱ्या असतात का? पण लहानपणी आपण झोपेत असाताना आईने आपल्याला पऱ्यांची गोष्ट सांगून झोपवलेलं असतं, ती आईची आठवण तर खरी असते ना! एखाद्या स्वप्नामध्ये पऱ्यांची ती कहाणी येते, येताना सोबत आईचा चेहरा, आईचा स्पर्श घेऊन येते. मग ती कहाणी जरी खोटी असली तरी ते स्वप्न खोटं ठरत नाही. म्हणूनच मला वाटतं की आपल्या जीवनाशी... आपल्या आठवणींशी ही स्वप्नं जुळलेली असतात म्हणूनच ती खरी असतात.

स्वप्नातील कहाणी खोटी असेल, स्वप्नात घडलेल्या घटना भले खोट्या असतील, पण स्वप्न खोटं नसतं. समजा, एखाद्याला स्वप्न पडलं की त्याला पंख फुटलेत, तो आकाशात उडाला आणि लाल किल्ल्यावर जाऊन बसला. हे स्वप्न जर त्याला पडलं असेल तर आपण असं म्हणू शकतो की त्याला स्वप्न पडलं हे खरं! पण त्यात घडलेल्या घटना ह्या खोट्या! पण तसंच स्वप्न का पडावं ह्या मागेही काहीतरी तर्कसंगती असेलच की! आपण जे ऐकतो, बघतो, वाचतो, विचार करतो ते सारं स्वप्नात येतं. पंख फुटणं, उडणं ही सगळी प्रतीकं आहेत. कदाचित त्या माणसाच्या मनात महत्त्वाकांक्षा असेल की आपण कुणीतरी मोठं बनावं. त्यानं नेहरूंना लाल किल्ल्यावर उभं राहून बोलताना पाहिलेलं, ऐकलेलं असेल.

तो एखादा सोशल वर्कर असेल, त्याला जीवनात उंचावर पोचण्याची आकांक्षा असेल. ह्या त्याच्या इच्छा त्याच्या स्वप्नात प्रतीकांच्या रूपानं येतात. म्हणूनच मी म्हणतो की स्वप्न हे वास्तव असतं. ते आपल्या मनातल्या अंतर्मनातल्या, लहानशा अशा कुठल्याही कोपऱ्यातल्या आठवणींशी गुंफलं गेलेलं असतं. आपण भविष्याबद्दल विचार करतो. तो विचार आपल्या मनात असतो म्हणून तशी स्वप्नं पडतात. आपले विचार खरे, आपल्या इच्छा खऱ्या म्हणूनच आपल्याला पडणारी स्वप्नंदेखील खरी!

स्वप्नांना मोहक चेहरा आहे फॅण्टसीचा! पण तरीही स्वप्न म्हणजे केवळ फॅण्टसी नाही. स्वप्न हे एकाच वेळी वास्तव असतं आणि त्याच वेळी त्याच्यात फॅण्टसीची कल्पना, रम्यतादेखील असते. खरोखरच, सत्य आणि कल्पनारंजन ह्यांची बेमालूम सरमिसळ झालेली असते स्वप्नात! म्हणून तर मला स्वप्न एखाद्या कवितेसारखं वाटतं. कवितादेखील तशीच नसते का?

तिच्यात सत्याचा दाहकपणा असतो त्याच वेळी मोहक फॅण्टसीदेखील असते. अस्सल जीवनानुभव फॅण्टसीच्या नजरेतून व्यक्त करतात. स्वप्न आणि कविता दोघंही!

स्वप्न हे कवितेसारखं नाजूक असतं. माझी एक कविता आहे...

देखो आहिस्ता चलो, और भी आहिस्ता जरा
सोच समझकर जरा
पाँव रखना
मैंने तनहाई में कुछ
ख्वाब सजा रखें है ।

कविता आणि स्वप्न ह्यात साम्य जरी असलं तरी प्रत्येक स्वप्न काही सुंदरच असतं असं नाही. कारण ते आपल्या आयुष्याशी जोडलेलं असतं आणि आयुष्य हे नेहमीच सुंदर कुठं असतं? ज्या आठवणी कटू असतात, अप्रिय असतात, भीतिदायक असतात त्या आठवणी गुंफून येणारी स्वप्नंदेखील तशीच असतात.

मी आठ-दहा वर्षांचा होतो, त्या कोवळ्या वयात मी फाळणी

अनुभवली. त्या वेळचा नृशंस संहार पाहिला. त्यानंतर कित्येक वर्षं मला स्वप्नं पडायची त्या वेळची! मी किंचाळून उठायचो. पुन्हा झोपायचीदेखील भीती वाटायची. न जाणो, तेच स्वप्न पुन्हा पडलं तर, ह्या विचारानं झोपच लागत नसे. फाळणीची जी स्वप्नं मला पडायची त्या स्वप्नात मी पाहिलेल्या अनेक माणसांचे चेहरे यायचे. ते चेहरे बदलून बदलून यायचे, एकमेकात मिसळलेले, धूसर असे ते चेहरे असायचे.

आणखी एक स्वप्न मी बरेच वेळा पाहतो. माझ्या शाळेचं गेट आहे. त्या गेटसमोर मी जमिनीवर पडलोय. माझे दोन्ही हातपाय कापलेले आहेत. एक माणूस नखशिखांत चादरीत लपेटलेला असा येतो. त्यानं डोक्यावर उंच पगडी बांधलीय. तो माझ्याजवळ येतो. माझ्या कपाळाचं चुंबन घेतो, मला जवळ घेऊन कुरवाळतो आणि काहीतरी बोलतो. तो काय बोलतो ते मला कळत नाही पण शाळेजवळून जो नाला वाहतोय तो नाला ओलांडून तो माणूस येतो.

ह्या स्वप्नात मी असा लुळापांगळा का आहे? तो माणूस येऊन मला धीर का देतोय? पण त्याचं तिथं असणं हे नक्कीच सुखदायक आहे, आश्वासक आहे. कदाचित पगडी बांधून आलेले ते माझे वडील असतील. माझे एक गुरुजीदेखील तसे होते. जग्गी नावाच्या माझ्या एका मित्राचे आजोबासुद्धा तसा पेहेराव करत. हे सगळे चेहरे एकमेकांत मिसळून गेलेले मला त्या स्वप्नातल्या माणसामध्ये दिसतात.

आणखीही एक स्वप्न मला पडायचं. एक मुलगा आमच्या वर्गात दोहे शिकवायचा. त्याला एक माणूस पकडून घेऊन चाललाय. त्या माणसाच्या हातात तलवार आहे. तलवारीला रक्त लागलंय. दंगलीत सगळीकडे पळापळ होतेय. पण मी मात्र पळू शकत नाही असं ते दुःस्वप्न होतं.

कधी कधी स्वप्न पडायचं. आपल्याला घेराव घातलाय. आपला पाठलाग होतोय! ते गुदमरणं, ती घुसमट, ती प्रचंड भीती मी स्वप्नात पुन्हा एकदा शब्दशः जगत असे. वाटायचं, दारे, रस्ते, जिने, गच्च्या सगळा चक्रव्यूहच अंगावर चालून येतोय! आणि मग ती असहाय्यतेची भावना! ह्या घुसमटीतून सुटण्यासाठी देखील मी कविता लिहू लागलो.

अर्थात सगळ्यांच्या आयुष्यातल्या प्रतिमा, प्रतीकं काही सारखी

नसणार! जशा त्याच्या आठवणी, जसे त्याचे अनुभव तशी त्याला पडणारी स्वप्नं!

म्हणून तर मला वाटतं की स्वप्नं आपल्याला दिलासा देतात, आपल्या मनातल्या ताणाचा निचरा करतात. तसं जर असेल तर स्वप्नं खरी का खोटी असा विचारच करू नये. आपल्या हृदयावरचं ओझं ती हलकी करतात. थकलेल्या मेंदूला थोडी उसंत देतात. आपण मानसिकदृष्ट्या दोन भिंतीत चिणल्यासारखे असतो, तेव्हा श्वास घेण्यासाठी थोडी जागा देतात. मग तुम्हीच सांगा, असं असेल तर माझ्यासारखा एखादा शायर स्वप्नं नाही बघणार तर काय करणार? मग मी स्वत:ला ढगांवर चालताना बघतो. कधी माझा पाय ढगांवर पडतो तर कधी स्वप्नांवर देखील पडतो. कधी ढग तुटतात तर कधी स्वप्नं तुटतात. कधी मीच घसरतो. माझ्यातल्या कवीचं हे सतत चालू असतं.

मौसम सिनेमाचं शूटिंग करत होतो. त्याचा क्लायमॅक्स काय करावा हे सुचत नव्हतं. चर्चा करून करून थकलो आणि झोपलो. झोपेत बुद्धी चालत राहिली. पावसाळ्यात एकदा मी पन्हाळ्याला गेलो होतो तेव्हा ढग क्षितिजावर दाटून आलेले पाहिले होते. माझ्या मनाच्या पन्हाळ्यावर देखील विचारांचे ढग दाटून आले आणि त्या अर्धवट निद्रेतच मला *मौसम*चा क्लायमॅक्स सुचला.

लोक मला विचारतात की तुम्हाला स्वप्नात कविता कधी सुचते का? पण माझ्या बाबतीत ही प्रक्रिया उलटी आहे. आधी मला कविता सुचते आणि मग ती स्वप्नात येते. हीच तर स्वप्नांची गंमत आहे. समजा, आपण प्रेयसीला स्वप्नात पाहतो, त्याच वेळी हे स्वप्न तिलाही पडत असेल तर! प्रत्यक्षात हे घडणं अशक्य आहे! (ते आम्ही चित्रपटात घडवून दाखवतो) ही संधी आम्हा कवींना सिनेमात मिळते. आमची स्वप्नं, आम्हाला जी पाहायची असतात ती दुसऱ्यांच्या ओठातून आम्हाला ऐकायला मिळतात.

गोलामाल चित्रपटात स्वप्नावर माझे एक गाणे आहे.

> *"इक बात कहूँ, गर मानो तुम*
> *सपनों मे न आना, जानो तुम*
> *मैं नींद में उठकर चलती हूँ*

जब देखती हूँ, सच मानो तुम
कल भी हुआ कि तुम गुजरे थे पास से
थोड़े-से अनमने, थोड़े उदास-से
भागी थी मनाने नींद से लेकिन
सोफे से गिर पड़ी
इक बात कहूँ''

तसंच माझं 'किनारा' चित्रपटात देखील स्वप्नावर एक गाणं होतं.

''एक ही ख्वाब कई बार देखा है मैंने
तूने साडी में उड़स ली हैं मेरी चाबियाँ घर की
और चली आई है बस, यूँ ही मेरा हाथ पकड़कर
एक ही ख्वाब...

मेज़ पर फूल सजाते हुए देखा है कई बार
और बिस्तर से कई बार जगाया भी है तुझको
चलते-फिरते तेरे क़दमों की वह आहट भी सुनी है
एक ही ख्वाब...

गुनगुनाती हुई निकली है नहाके जब भी
अपने भीगे हुए बालों से टपकता पानी
मेरे चेहरे पे छिटक देती है तू टिकू की बच्ची
एक ही ख्वाब...

ताश के पत्तों पर लड़ती है कभी खेल में मुझसे
और कभी लड़ती भी है ऐसे की बस खेल रही है
और आगोश में नन्हे को लिये...
'विल यू शटअप?'

और जानती हो, टिकू, जब तुम्हारा यह ख्वाब देखा था
अपने बिस्तर पे मैं उस वक़्त पड़ा जाग रहा था''

मी जागेपणी देखील स्वप्नं पाहतो (कवी स्वप्नाळू असतात असं म्हणतात ते काही खोटं नाही!) पण स्वप्न पाहताना डोळे मिटलेले असावे लागतात असं कुठंय? आणि डोळे मिटल्यावर स्वप्न पडेलच असंही नाही. स्वप्न आपण चालता बोलता, हिंडताफिरताही बघू शकतो, उघड्या डोळ्यांनी बघू शकतो.

आपल्या इच्छा, आकांक्षा, कामना पुऱ्या होतील की नाही ते आपल्याला ठाऊक नसतं पण तरी आपण स्वप्नं बघतो. स्वप्नात त्यांच्या पूर्तीचं समाधानही कधी कधी अनुभवतो आणि मग जिंदगीचा कारवाँ असाच न थकता चालू राहतो अविरतपणे... अविरतपणे!

शब्दांकन : सविता दामले

◆

झोपेत मला स्वप्ने पडत आली आहेत आणि ते मी सुदैव समजतो; कारण बरीच माणसे मला 'आम्हाला नाही बुवा स्वप्ने पडत' असे सांगत आली आहेत. 'आम्ही नाही बुवा श्वास घेत' किंवा 'आम्ही नाही बुवा कधी टॉयलेटला जात' असं म्हणणारी माणसेही जगात असू शकतात हे मी जाणतो. त्यामुळे 'झोपेत मला स्वप्ने पडत आली आहेत' असं अगदी सुरुवातीलाच दिसली नाही. म्हणजे असं की ह्या गोष्टी दिसल्या पण त्यांचा वास्तवात असण्याशी संबंध नव्हता. जागे-पणीही मी केवळ विचारांच्या साहाय्याने ह्या गोष्टी पाहू शकलो नाही आणि पाहिल्या तेव्हाही त्या वास्तवातल्या असण्याशी त्यांचा संबंध नव्हता. माझी स्वप्ने नेहमी वास्तव जगातील गोष्टींची व त्या गोष्टींच्या अजब संयुगांची बनलेली होती.

चित्तचित्रे

अनिल कुसुरकर

सांगणं मला ह्या भाषेतल्या माणसां-साठी तरी आवश्यक वाटलं.

काही खास स्वप्नांबद्दल मी सांगणार आहेच पण त्या जोडीला स्वप्नात मला काय आणि का दिसलं नाही (किंवा दिसलं) तेही सांगणार आहे. मला न दिसलेल्या गोष्टी अशा–

मला माहीत नसलेला फोन नंबर, पत्ता, माणूस, प्राणी, देश-प्रदेश, ग्रहगोलक, घटना, नाटक, सिनेमा, गंध, स्पर्श, चव... कधीही

परंतु, अर्थातच ह्या भाषेत असंख्य माणसे अशी असू शकतात हे मी जाणतो की त्यांना लॉटरीचे नंबर, उद्याचे पेपर, पुढील घटनांचे तपशील, शेजाऱ्याच्या बायकोच्या मांडीवरचा बदामाच्या आकाराचा तीळ, वीरप्पनचा पत्ता, ओसामा बिन लादेनचा टेलिफोन क्रमांक वगैरे स्वप्नात दिसू शकतो.

मला दिसू शकलेल्या गोष्टी खालील प्रकारात मोडत होत्या व आहेत (उद्याचं काय सांगावं?...

उद्या कदाचित मला

$$१७ \, \frac{३४२}{१३३} \times \frac{७२२}{५६९} \, १९ = किती?$$

हेही ह्या भाषेतील माणसांना सहजपणे स्वप्नात दिसणारे गुणाकार दिसू शकतील.)

दिसणाऱ्या गोष्टींच्या जाती अशा–

– मला त्रास देणाऱ्या माणसाने मला स्वप्नात आणखी खूप त्रास देणे किंवा मी त्याला अद्दल घडवणे.

– महत्त्वाच्या सामन्यात तेंडूलकरने सेंच्युरी मारणे किंवा ऐनवेळी आऊट होणे किंवा मलाच त्याच्या जागी खेळावे लागून मी त्रिशतक झळकवणे.

– मी चोराचा पाठलाग करून त्याला पकडणे किंवा पोलिसांनी मला पकडणे. माझ्या बोलण्यावर पोलिसांचा विश्वास न बसणे किंवा पोलिसांना अचानक मी थोर लेखक असल्याचे समजल्याने त्यांनी माझ्यासाठी कोकाकोला मागवणे.

– मला लॉटरी लागणे किंवा माझं दिवाळं निघणे.

– मी वाट चुकणे. उंचावरून पडणे (पण जाग येताच पुन्हा सुरक्षित असणे).

– मी सागरतळाशी सहजपणे गमन करणे किंवा आकाशात उडणे.

– माणसे भेटणे, उदा. मला लाईन न देणारी पोरगी माझ्या थेट प्रेमात पडणे किंवा माझ्याबरोबर झोपणे सुद्धा.

– आई, बाप, भाऊ, बहीण, बायको, मुलं, पंतप्रधान, बाळ ठाकरे, माधुरी दीक्षित... मेलेली आढळणे.

– माझं थोरपण अखेर जगाने मान्य करणे किंवा मी यूसलेस असल्याचं माझं मलाच जाणवणे.

– मी चित्रकार, डायरेक्टर, नट, वैमानिक, सैनिक, जादूगार... वगैरे असणे.

– मला प्रचंड तहान लागणे आणि प्रचंड पाणी पिऊनही तहान न

भागणे किंवा मला पाणीच न मिळणे. (ह्या भाषेतल्याप्रमाणे मला कधीच स्वप्नात माझी खरी तहान भागवता आली नाही.)

- भलत्याच बाईशी मी संसार करणे, ती एकतर जबरदस्त प्रेमळ असणे किंवा पहिलीच बायको कशी ग्रेट होती हे जाणवणे.
- जुन्या घरात मी पुन्हा एकदा राहात असणे किंवा शाळेत असणे, परीक्षेला उशीर होणे वगैरे.
- हरवलेल्या वस्तू, माणसे सापडणे. मेलेली माणसे येऊन भेटणे.

तर ह्या आणि अशा माझ्या स्वप्नांच्या जाती, ज्यात प्रामुख्याने मला हवे ते घडणे किंवा त्या उलट घडणे. मी नेहमीसारखा सात पन्नास पकडतोय, ऑफिसात जातोय, येतोय, जातोय, येतोय, जातोय, येतोय.. असलं स्वप्न मला कधीही पडलं नाही. हत्ती किंवा मांजर बनून मी त्यांचं मनोजीवन जगलो नाही. स्त्री बनून पुरुषांशी संसार केला नाही. मला देव, भुतं, राक्षस दिसले पण त्यांनी दिलेला प्रसाद जागेपणी आढळला नाही.

एवढं सगळं बोअरछाप बोलल्यावर मी तुम्हाला माझी काही अगदी खाजगी स्वप्नं, (सभ्य माणूस जेवढं खरं बोलतो किमान तेवढ्या) खरेपणानं सांगतो. मस्करी मुळीच नाही हं, कारण तुम्ही अखेर माझ्याच मातृभाषेची पिल्लं आहात.

एक

हे स्वप्न मला फार बालपणी पडलं. मी तेव्हा इयत्ता दुसरीत होतो. मला नक्की आठवतं की मी तेव्हा दुसरीतच होतो कारण तेव्हा माझा राममामा इंग्लंडहून आमच्या गावी आला होता आणि मला त्यानं तिकडची चॉकलेटस् आणली होती. माझी परीक्षा चालू होती. स्वप्नाच्या रात्री माझा शेवटचा पेपर झालेला होता.

वाळूचे डोंगरच डोंगर होते आणि त्यात मी वाट चुकलो होतो. पाहीन तिकडे वाळू... तपकिरी, पिवळी आणि शिखरांवर सोनेरी. ऊन रणरणत होतं. माझे पाय वाळूत रुतत होते. चालणं जड जात होतं. मित्रांबरोबर मी बराच वेळ घसरगुंडी खेळलो होतो त्या वाळूत, पण अचानक त्यांची आणि माझी चुकामूक झाली होती. मी आईला हाका

मारत होतो. रडत होतो. पण वाट सापडत नव्हती घराची. सूर्य मावळायला चालला होता आणि अचानक.. मला पांढरं मुंडासं बांधलेला माणूस दिसला. त्यानं ते विवेकानंदांसारखं बांधलं होतं हे मला अजून स्पष्ट आठवतं.

माझ्याजवळ येऊन तो म्हणाला, "अभ्यास केला नाही की अशी शिक्षा होते."

मी म्हणालो, "आता मी नीट अभ्यास करेन."

तो म्हणाला, "आता नाही. आता तुला इथल्याच शाळेत जावं लागेल. घरी जायला मिळणार नाही."

आणि अचानक सूर्य मावळला. अंधार झाला. जुन्या देवळांसारख्या इमारतींवर दिवे लागले. ती शाळा होती. मी प्रचंड रडायला लागलो आणि कोणीतरी मला, माझ्या केसातून हात फिरवीत हाक मारली– बाळूऽऽ ऊठ. काय झालं रडायला? ती माझी आई होती. आणि मी माझ्या घरातच होतो.

त्या स्वप्नानंतर अनेक वर्षांनी म्हणजे १९८० साली मी एका विमानातून मध्यपूर्वेत उतरलो. तिथले सँड ड्यून्स पाहिले आणि मला माझे जुने स्वप्न आठवले. गेली बावीस वर्षे मी मध्यपूर्वेत नोकरीच्या जन्मठेपेत आहे. इथली माणसे पांढरं मुंडासं बांधतात आणि इथल्या मशिदींना मंदिरांसारखी शिखरं असतात. मशिदींवर रात्री दिवे लागतात.

पण आता आईचा हात डोक्यावरून फिरत नाही. तिची हाक येत नाही. जाग येत नाही. मी माझ्या घरी नसतो.

फार उदास वाटतं कधी कधी.

दोन

रीतीप्रमाणे माझं लग्न झालं. रीतीप्रमाणे त्यातलं नावीन्य संपून रूटीनपण आलं. हळूहळू भांडणं झाली. भांडणं कडवट वगैरे होत गेली रीतीप्रमाणे आणि मग मुलाबिलांच्या शिक्षणाची, आजारपणांची पीडा सुरू झाल्यावर मी काही सहकाऱ्यांबरोबर बारमध्ये ड्रिंकबाजी करताना रीतीप्रमाणे 'च्यायला... तुला सांगतो ना... आमच्या कॉलेजात एक मोहिनी नावाची मुलगी होती. तिच्याशी माझं जमणारच होतं प्रेमप्रकरण...

लाईन द्यायची ती मला खुल्लमखुल्ला पण च्यायला... तिला स्थळ आलं आणि गेली पण लग्न होऊन. तिच्याशी लग्न झालं असतं ना तर च्यायला... आईशप्पत सांगतो... लाईफ म्हणजे तुला सांगतो... 'पाकीजा' पिक्चरसारखं झालं असतं... तिनं पण बघ ना लगेच लग्न करून मोकळी झाली त्या अनोळखी माणसाशी...' वगैरे.

पण अशीच एकदा बारमध्ये भयंकर तुडुंब भैसटबाजी करून घरी परतल्यावर रीतीप्रमाणे बायकोशी भांडण करून न जेवता झोपलो आणि स्वप्न पडलं ते असं...

मी कामावर असताना मला फोन येतो– 'तुमच्या बायकोला ट्रकने उडवलं. सायन हॉस्पिटल...'

मी लगेच सायन हॉस्पिटलमध्ये टॅक्सीनं येतो. तिथे तिचं छिन्नविच्छिन्न शरीर पडलेले असतं. तिचे डोळे मिटलेले असतात. मी तिथली एक चादर तिच्या अंगावर पसरतो. माझे डोळे भरून येतात. तिच्याबरोबरचे सारे.. हजारो.. सुंदर क्षण आठवतात आणि मी तिचा चेहरा हातात घेऊन धाय मोकलून रडायला लागतो. म्हणत राहतो– 'आय लव्ह यू... शांती...' वगैरे. आणि मला अचानक जाग येते. शांती मला जागं करीत असते. म्हणत असते, 'ऊठ... गरम केलंय सगळं. जेवून घे.' आणि मी भानावर येतो.

नंतरचे आठ-पंधरा दिवस दारू वगैरे पीत नाही. शांतीसाठी सोनं वगैरे खरेदी करतो. आणि मग पुन्हा एकदा बारमध्ये... च्यायला...'

तीन

एकदा असाच मी बारमध्ये सहकाऱ्यांबरोबर बसून मोहिनीबद्दल बरीच भंकस सांगून (वास्तव इतकंच होतं की तिनं मला एक दोनदा स्माईल दिलं होतं... वगैरे) परतलो होतो आणि जेवून झोपलो होतो. स्वप्नात मी मोहिनीच्या गावी गेलो होतो. ती मला बस स्टँडवरच भेटली होती. म्हणाली, 'चल ना घरी.' आणि मी गेलो होतो.

घरात तिचा नवरा नव्हता. तिला मूलबाळ काहीच नव्हतं. तिनं तिच्या संसाराची सारी रडकथा सांगितली आणि मी अभावितपणे तिला जवळ घेतलं. तिच्याशी प्रणय घडता घडता मला जाग आली. वीर्यपात

झालेला होता. उठलो आणि धुऊन आलो. पुन्हा गाढ झोप लागली.

अजूनही जागेपणी मी ते स्वप्न खेळवतो मनाशी. इतकंच नव्हे तर बायकोशी झोपतानाही ही स्वप्नातली फँटसी मनाशी खेळवतो. प्रणय फारच मस्त झाला तर बायको संशयानं माझे चोरटे डोळे शोधते आणि फणकाऱ्यानं पाठ करून झोपून जाते.

च्यायला वैतागच येतो.

चार

"झिल मिल सितारोंका... आंगन होगा ।" वगैरे गाणं असलेला राखी-धर्मेंद्रचा पिक्चर टाकून मी घरी परतलो होतो.

'राखी' चौपाटीच्या वाळूत वारूळ बनवत होती. मी तिथे गेल्यावर तिला वारूळ बनवण्यास मदत केली. ती आणि मी खूप रमलो चौपाटीवर आणि हातात हात घेऊन 'आमच्या' घरी आलो. झोपाळ्यावर बसून आम्ही तेच गाणं म्हटलं. ती प्रचंड गोड हसली माझ्याकडे आपल्या गहिऱ्या डोळ्यांनी पाहात.

पण कशानं तरी जाग आली. मी त्या काळी बॅचलर असल्यानं बिछान्यात एकटाच होतो. मग हस्तमैथुनाला पर्याय उरला नाही.

पाच

आम्ही सांगलीला असताना कोयनानगरला भूकंपाचा प्रचंड धक्का बसला होता. मी झोपेत होतो. झोपेत मला स्वप्न पडलं होतं की रेल्वे धडधडत आमच्या घरापुढून चालली आहे. मी अंगणातले खडे उचलून गाडीतल्या माणसांना मारत होतो आणि बडबडत होतो. 'ए च्युत्या हे घे!' आणि बरोबर त्यांच्या नाकावर माझा खडा बसत होता. फारच मजा येत होती.

पण तेवढ्यात मला कुणीतरी घट्ट धरून ठेवलं. मला अर्धवट जाग येता येता जाणवलं की माझा भाऊ आणि बहीण ह्यांनाही त्याच दोन हातांनी मोळी करून बांधलं होतं.

खडखडीत जागा झालो मी. आई आम्हा तिघांना घट्ट धरून आमच्यावर झुकली होती. भूकंप थांबल्यावर तिनं आम्हा मुलांना

सोडलं. आमच्या अंगावर भिंत कोसळू नये म्हणून तिनं तसं केलं होतं हे आता आठवतं आणि डोळे पाणावतात. अजूनही कधी भूकंप झाला की आई आठवते. तिच्या हातांच्या मोळीत आम्ही तिघं भावंडं सुरक्षित आहोत असं वाटतं.

सहा

अगदी परवा परवा म्हणजे माझ्या वयाच्या पन्नाशीत, एका मित्रानं सांगितलं की रानडेबाई वारल्या. रानडेबाई कोण? तेच मला आठवलं नाही पण मग त्यानं शाळेची आठवण सांगितली आणि त्या स्पष्ट आठवल्या.

त्या रात्री मला त्यांचा पीरियड दिसला. त्या कविता शिकवत होत्या. मी मागच्या बाकावर बसून वहीत चित्रे काढत होतो. अचानक त्या थांबल्या आणि डोळे पुसायला लागल्या. गप्प होऊन खुर्चीत बसल्या. मी आणि इतर सगळेच त्यांच्याकडे बघायला लागलो टकमका. मी शेजारच्या मुलाला विचारलं, ''काय भानगड आहे रे?''

''काय की! शिकविता शिकविता रडत्यात'' म्हणाला आणि मला जाग आली.

रानडेबाई वारल्याचं भयंकर वाईट वाटलं. ती कविता कोणती होती ते आठवलं नाही ह्याचं तर फारच वाईट वाटलं.

नंतर झोपच आली नाही म्हणून बाल्कनीत जाऊन सिगरेटी फुंकत बसलो.

सात

मी जन्मभर रातपाळ्या आणि दिवसपाळ्या केल्या. पाळीकामगार हा दिसायला मनुष्य असला तरी तो खरा हैवान असतो. पाळीतलं जगणं माणसाला माणूसपणातून समूळ उपटतं आणि पशूयोनीत नेतं. माझं तसंच झालं आहे.

एकदा रात्रपाळी होती. ओळीने सहावी रात्रपाळी मी करीत होतो. उद्या सुटी होती. दिवसा झोपायचं, रात्रीही झोपायचं आणि मग पुन्हा दुपारच्या पाळीला जाईपर्यंत लोळत पडायचं असं प्रचंड सुख माझ्या

आत्म्यासमोर तरळत होतं. दीर्घकाळानं लाभणाऱ्या संगापेक्षाही दीर्घ तारवटीनंतर येणाऱ्या झोपेच्या मुक्त ऋतूचं आकर्षण जास्त वेडं करणारं असतं. हे नऊ ते पाच ह्या चक्रात जगणाऱ्यांना पटणार नाही हे मी जाणतो पण माझ्या अनुभूतीचा वृत्तांत मला तुम्हाला सांगावाच लागेल. स्वप्नांच्या दुनियेत पटण्या न पटण्याचा प्रश्न येतोच कुठे?

तर स्वप्न असं–

सभोवती प्रचंड समुद्र पसरलेला. वर चंद्र, चंद्राचा बावनकशी उजेड समुद्राच्या लाटांवर लवथवतोय. मी कॉम्प्रेसरच्या डेकवर उभा. डोळ्यांवर झोप. कॉम्प्रेसरचा एका रौद्र लयीतील आवाज माझ्या अस्तित्वाला व्यापून आहे. अचानक क्षितिजाच्या सांदीतून एक नौका माझ्या दिशेनं येताना दिसते. तिच्यावर शुभ्र ध्वज असतो. मी रेडिओवरून संदेश देतो की एक नौका किनाऱ्याकडे येत आहे. पण रेडिओवर उत्तर येत नाही. मी पुन्हा पुन्हा संदेश देतो पण रेडिओवर शांतताच असते. दरम्यान ती नौका किनाऱ्याला लागलेली असते. तिच्यातून लाल रंगाचे कपडे घातलेले आणि चांदोबा मासिकातील अलिबाबाच्या टोळीतील वाटावेत असे चार लोक उतरतात आणि थेट माझ्या कॉम्प्रेसर डेकच्या दिशेने येतात. मी केबिनमध्ये घुसून ती आतमधून लॉक करतो आणि टेलिफोनवरून कंट्रोलरुमला संदेश देण्याचा प्रयत्न करतो पण टेलिफोनमधून फक्त घुंऽऽ घुंऽऽ असा आवाज येत राहतो.

केबिनचा दरवाजा फोडून ते प्राचीन धटिंगण माझ्याकडे येतात. माझा रेडिओ हिसकावून घेतात आणि अरबी भाषेत एकमेकांशी काहीतरी बोलत मला उचलतात आणि चालू लागतात. मी खूप ओरडण्याचा प्रयत्न करतो पण आवाज कंठाबाहेर पडत नाही.

ते लोक मला नौकेत ठेवतात आणि नौका सुरू होते. तिच्या इंजिनचा आवाजही होत नसतो पण ती वेगाने पाणी कापत असते त्याचा मात्र सप..सप...असा आवाज होत असतो.

धटिंगण मला मोकळं करतात आणि अरबी भाषेत विचारतात– "प्रवास दूरचा आहे. प्रथम तू विश्रांती घेणार की दासींचे नृत्य पाहात भोजन करणार?"

"कुणाच्या दासी? आणि आपण कुठे निघालेलो आहोत?" मीही

अरबीत उत्तर देतो, पण त्याच वेळी माझं अरबी फारसं चांगलं नसल्याबद्दल दिलगिरी व्यक्त करतो.

"ह्या साऱ्या राजकन्येचा दासी आहेत आणि राजकन्येचा हुकूम आहे की तुझी इच्छा असल्यास ह्या दासींनी तुझे मनोरंजन करावे. राजमहालात पोहोचल्यावर तिथे केवळ पऱ्यांसारख्या सुंदर दासींचा समूह तुझे मनोरंजन करण्यासाठी सिद्ध असेल. त्यावेळी तुला अरबी मद्याचा आस्वादही घेता येईल. स्वत: राजकन्या मात्र तुझ्यासाठी समुद्राच्या लाटांवर नृत्य करेल तेव्हा ती व तू एकांतात असाल. राजकन्या इतकी सुंदर आहे की तिच्या कांतीवरून परावर्तित होणारा चंद्रप्रकाश तुझे शरीर भेदून जाईल व तू विद्ध होशील. म्हणून राजकन्येने योग्य असे तलम वस्त्र परिधान केलेले असेल व त्यामुळे तुझे रक्षण होईल.

परंतु हे सर्व तुला उपलब्ध असूनही जर तुझी इच्छा असेल तर तू समुद्रगुलाबाच्या पाकळ्यांपासून तयार केलेल्या बिछान्यात विश्राम करू शकतोस. तू विश्राम करण्याचा निर्णय घेतलास तर तू दासींकडून घडू शकणाऱ्या तुझ्या नृत्यमय मनोरंजनास मुकशील. तुझे लालसर तांबारलेले डोळे पाहिल्यावर आम्हाला वाटते की तू विश्रांती घ्यावीस हे बरं. दासींचे नृत्य हे एका सुंदर निद्रेहून महत्त्वाचे असू शकत नाही."

मी पटकन म्हणतो, "नाही नाही नाही. मला प्रचंड निद्रेने घेरले आहे हे खरे पण तरीही मी नृत्य पाहणे पसंत करीन कारण केवळ माझ्यासाठी घडू शकणारे सुंदरींचे नृत्य नाकारणे मूर्खपणाचे आहे. अशी संधी सोडतो तो खऱ्या अर्थाने पुरुष असूच शकत नाही. पण ते असो. तुम्ही मला राजकन्येकडे का नेत आहात? ती कोणत्या देशाची राजकन्या आहे? आणि मुख्य म्हणजे हल्ली राजकन्या वगैरे असतातच कुठे?"

ते सगळे धटिंगण एकमेकांमध्ये दणकट हसले आणि म्हणले, "तुझ्यासारखा मूर्ख आम्ही आजवर पाहिला नव्हता. समोर सर्व सुखे हात जोडून उभी असताना त्यांचा उपभोग घ्यायचा सोडून प्रश्नोत्तरे करण्यात वेळ दवडतो आहेस. आंबे खाणे आणि आंब्याची झाडे मोजणे ह्यात अधिक सुखद काय असते हे न समजणाऱ्या माणसास म्हणावे तरी काय?"

मी रागाने लाल झालो आणि म्हणालो, "पारंपरिकेतने विचार केलात तर आंबे खाणे हेच अधिक सुखाचे ठरते हे खरे पण जर तुम्हा धटिंगणांच्या टाळक्यात एक अणुभर अक्कल असेल तर तुमच्या लक्षात येईल की आंब्याची झाडे मोजण्यात जी एक बौद्धिक नशा आहे ती आंबा चोखून खात बसण्यात असूच शकत नाही. झाडे मोजणे ही फारच सोपी गोष्ट आहे ह्याची तुम्हाला कल्पना नसल्यामुळे तुम्ही ह्या असल्या म्हणी बनवलेल्या आहेत. झाडे कुठेही आणि कशीही उगवून वाढलेली असली तरी ती सारी ओळीत आहेत असे समजून लांबी गुणिले रुंदी बरोबर एकूण झाडे काढली तर ते उत्तर फारसे चूक असत नाही. ह्या पेक्षाही सोप्या पद्धतींचा वापर चांदण्या मोजण्यासाठी किंवा समुद्राच्या लाटा मोजण्यासाठी मी करू शकतो हे मी तुम्हास सांगू इच्छितो. आता मला सांगा आंबा खाणे ही शरीरक्रिया निसर्गमापन करू शकणाऱ्या मनोक्रियेहून श्रेष्ठ आहे का?"

ढगांचा गडगडाट व्हावा तसे ते सारे हसले. त्यांनी मला अत्यंत उपरोधिकपणे कुर्निसात केला आणि म्हणाले, "ठीक आहे. बुद्धीच्या आहारी जाऊन तू जर मूलभूत जैविक आनंदांना पारखा झालेला असशील तर तुझ्या दुर्दैवाला सीमा नाही. आम्ही तुझ्यासाठी नृत्यगृहाचे दालन उघडीत आहोत. तू आत गेलास की ते बंद होईल व प्रवास संपताच पुन्हा उघडेल. प्रवास दूरचा आहे पण तो तुला जाणवणारही नाही. कारण दालन सर्व बाजूंनी बंद आहे. अट फक्त एकच आहे की तुला झोपू दिले जाणार नाही. तू जोवर जागा असशील तोवर नृत्यांगना तुला रिझवत राहतील पण तुझी नजर जर त्यांच्यावरून ढळली आणि निद्रेवर गेली तर मात्र त्या रूप पालटतील आणि आपल्या विषारी नखांनी तुला ओरबाडून ओरबाडून जागे ठेवतील. त्या विशुद्ध स्त्रीत्वाने संपृक्त आहेत. स्त्रीत्व म्हणजे काय हे जर तुला अद्याप आकलन झालेले नसेल तर ते आता होईल."

मी त्यांच्या बोलण्यावर क्षणभरही विचार केला नाही आणि म्हणालो, "मला माफ करा. मी नृत्यापेक्षा निद्राच पसंत करेन."

त्यांनी माझ्या त्या शहाण्या निर्णयाला अत्यंत आदरपूर्वक मान तुकवली आणि मला समुद्रगुलाबांच्या शय्येवर नेऊन ठेवले. मी मऊ स्पर्शाने व मऊ गंधाने व्यापून गेलो. शय्येचे सुख मोठे की निद्रेचे?

असा बौद्धिक काथ्याकूट माझ्या मनात डोकावू लागला पण मी तो हद्दपार केला. विचारांपेक्षा मला स्पर्श आणि गंध अधिक सुखाचा वाटला.

मी जागा झालो तेव्हा मी कॉम्प्रेसर डेकवरच होतो व माझी डुलकी पाच मिनिटांचीसुद्धा नव्हती. पण त्या पाच मिनिटात माझे शरीर आणि मन इतके ताजेतवाने झाले होते की आश्चर्य वाटावे. रात्रपाळीत लाभणारे ते ताजेपण उपभोगण्यासाठी मी कडकडीत आळस दिला आणि उठून केबिनबाहेर आलो. खूप आशेने क्षितिजाकडे पाहिले. पण तिथे एकही नौका नव्हती. मी स्वत:शीच मोठ्यांदा हसलो... ते धटिंगण हसायचे तसा आणि नेमका त्याच वेळी ॲसिड गॅस विभागातला रॉबर्ट समोर आला. तो म्हणाला, ''तू वेडा होणार हे नक्की. च्यायला तू स्वत:शीच कसा काय हसत असतोस चोवीस तास? डॉक्टरांना का नाही भेटत?''

मी म्हटलं, ''भेटेन. उद्याच भेटेन. पण तूसुद्धा माझ्याबरोबर चल कारण स्वत:शी कधीच न हसणारे अत्यंत सभ्य लोक माझ्या भाषेत फारच बहुसंख्येने असल्यामुळे त्यांच्यात थोडे अंतस्थ हसू फुलू शकेल काय ह्यावर डॉक्टरांनी तुझ्यावर प्रयोग करून, संशोधन करावे, अशी माझी इच्छा आहे!''

आठ

मी भारतात सुटीवर जेवढे दिवस असतो, त्याच्या दुप्पट दिवस मध्यपूर्वेत असतो. ह्या दोन जगातला भूगोल आणि समाजच फक्त वेगळा नसून आकाश आणि स्वप्नेही वेगळी असतात. शिवाय भारतात येण्याचा दिवस किंवा जाण्याचा दिवस हा केवळ काही तासात सारी उलथापलथ घडवून आणणारा असल्याने स्वप्नांच्या राज्यात अभूतपूर्व गोंधळ उडवून देतो. अशाच एका स्वप्नाबद्दल आता सांगतो.

मी भारतात येत होतो. विमानात होतो. विमान रात्री बाराच्या सुमाराला अबुधाबी विमानतळावरून उडाले होते व त्यापूर्वीच्या रात्री मी रात्रपाळीत काम केलेले होते. रात्रपाळीनंतरच्या दिवशी झोप लागणे शक्य नव्हते कारण प्रवासापूर्वीचे शॉपिंग, शहरातून भटकणे, फार दिवसांच्या विरहानंतर लाभणाऱ्या मद्याचा आस्वाद घेत मित्रांशी गप्पा मारणे हे सारे सुरू होते. म्हणजेच चोवीस तासांहून अधिक काळ मी

जागा होतो. आता ह्या क्षणी विमानात पुरता झोपेने घेरला गेलो होतो. एअर होस्टेसेस् सतत काहीतरी आणून देऊन झोपेत व्यत्यय आणत होत्या. शेजारचा माणूस उठून बाथरुमला जाण्यासाठी मला लाथाडत होता. तरीही मला डुलक्या लागत होत्या.

श्रावणी सोमवार होता आणि सांगलीतल्या आमच्या शाळेला सुट्टी होती. आम्ही सगळी मुले मिळून हरिपूरच्या यात्रेला पायीच निघालो होतो. वाटेवर हिरवीगार शेतं होती. मधूनच कवितेसारखी पाऊस आणि उन्हे शिडकावत होती. आम्ही किंचाळत होतो. मुली थोड्याच होत्या पण त्यांच्या असण्यामुळे सहलीला रंग आणि सुगंध लाभला होता. त्यात सुशीलाही होती किंवा मी असं म्हणेन की ती होती म्हणून मी ह्या यात्रेत होतो. अन्यथा श्रावणाला काही अर्थ नव्हता.

कधी मुले पुढे तर कधी मुली पुढे धावत होत्या आणि असं घडताना सुशीला मधूनच माझ्याकडे बघून जायची. ते सुख पावसाच्या सरींपेक्षा आणि उन्हाच्या तिरीपांपेक्षा अधिक रसरशीत होतं. आणि तेवढ्यात कोणीतरी मला विचारलं, "Would you like to have a drink sir?" आणि एक नाजूक हात मला जागं करीत होता.

मी म्हणालो, No Sushila... तू असलीस की मला ड्रिंक्सची गरज नाही. आणि हरिपूरला जाताना हे भलतंच काय?''

सुशीला त्याच विमानात होती आणि पलीकडच्या सीटवरून मधूनच मला पाहात होती. तिनं निळा स्कर्ट आणि पांढरा ब्लाऊज घातलेला होता. केसांची घट्ट वेणी घातलेली होती आणि इतर सारी मुलेही विमानातच होती पण मागे बसलेली होती. त्यांचा गोंधळ ऐकू येत होता. माझ्या शेजारचा माणूस उठून गेल्यानं खिडकीतली जागा मोकळी झाली होती. मी सुशीलाला शुक् शुक् करून बोलावलं आणि खिडकीतली जागा दाखवली. ती टुणकन् उठून माझ्याशेजारी खिडकीत येऊन बसली. माझ्याकडे बघून म्हणाली, ''इतका मोठ्ठा झालास तरी अजून खाकी चड्डी आणि पांढरा शर्टच घालतोस?''

मी दचकलो. म्हटलं– ''चोराच्या उलट्या बोंबा? तूच स्कर्टब्लाऊज घालून आलीयस वेड्यासारखी विमानात... आणि वर माझ्यावरच आरोप?''

पण माझ्या लक्षात आलं की खरंच मी हाफपँट आणि शर्टमध्ये होतो. विमानात मी तसा असल्याचं जाणवून फारच चुळबुळलो. पाय

झाकून घ्यावेसे वाटले. ती खिडकीकडे तोंड करून हसत होती. मी तिची वेणी धरून ओढली आणि एकदम कोणीतरी ओरडलं, ''ए ए क्या करता है?...'' मी डोळे उघडले तर शेजारी बसलेला मल्याळी माणूस माझ्यावर ओरडत होता. मी 'सॉरी' म्हणालो आणि पुन्हा डोळे मिटले.

मी माझ्या मुंबईच्या घरी होतो आणि माझी बायको शेजारणीला सांगत होती की उद्या हे येणार आहेत म्हणून साबुदाणे भिजत घातलेत. इतकी वर्षे परदेशात आहेत पण घाटी ते घाटीच राहिलेत. मी म्हणते 'पिझ्झा खाऊया, सिझलर खाऊया' तर हे म्हणतात 'शीऽऽ काय ते फालतू खाणं... आपल्या पिठलं भाकरीची चव कश्श्याला येणार नाही!' त्यावर शेजारीण म्हणते, 'खरंच गं बाईऽऽ ही देशावरची माणसं म्हणजे ना..'

मला भयंकर राग आला दोघींचा. सुशीला किती छान होती. माझ्याकडे छान चोरून पाहायची आणि ह्या बायका. ह्यांना माझी किंमतच कळलेली नाही. शेजारच्या खिडकीत पुन्हा सुशीला असते. मी तिला म्हणतो, 'वेणी ओढल्याबद्दल सॉरी हं.' तर ती सुखानं तिचं डोकं माझ्या खांद्यावर टाकते. पण ते डोकं भलतच जड आणि खरबरीत असतं. मी दचकून जागा होतो. शेजारचा मल्याळी माझ्यावर रेललेला असतो. मी त्याला ढकलून दूर करतो. तो 'सॉरी' म्हणतो. मी पुन्हा डोळे मिटतो. मी रात्रपाळीत तेलाच्या विहिरीवर एकांतात उभा असतो आणि अचानक थोड्या अंतरावरून सुशीला मला चोरून पाहात असलेली दिसते. मी जोरात तिला 'सुशीलाऽऽऽ सांभाळऽऽऽ पडशील मागेऽऽ' असे ओरडून सांगतो आणि कोणीतरी मला गदागदा हलवतं.

'चिल्हाता काय को है?' असं शेजारचा मल्याळी तारवटून विचारत असतो.

मी 'सॉरी' म्हणतो आणि एअरहोस्टेसला विचारतो, 'चहा मिळेल का?'

ती चहा आणते. झोप पुरती उडते. मुंबई खूप जवळ आलेली असते. बायकोच्या आठवणींनं शरीर उत्तेजित होतं... भले ती मला 'घाटी' असं म्हणेना का!

मला स्वप्ने पडत आलेली आहेत आणि मी त्यांना जगण्याचा अविभाज्य भाग मानतो. मला आईचा किंवा मुलांचा मृत्यू त्यात दिसतो हे खरं आहे, पण म्हणून मी स्वप्नांना वाईट मानत नाही. माझ्या प्रेमाची पावती मला माझ्या प्रिय व्यक्तींच्या मृत्यूदर्शनाने मिळते. शत्रूंचा पाडाव केल्याने मला, प्रत्यक्षात कधीच न लाभणारे, समाधान लाभते. माझ्या मनात 'खरं' काय आहे हे समजायला मला स्वप्ने गरजेचीही वाटतात. हार्ड डिस्क डी-फ्रॅगमेंट होताना जशी तिच्यावरची माहिती विस्कळीत रूपातून सुस्थितीत जाते तसेच निद्रेत मेंदूतील स्मृतींचे होत असावे. पण ह्या झाडलोटीत मला जो एक अनोखा जन्म अनुभवता येतो त्याची किंमत कोणत्या नाण्यात करावी? अरबी दिनारमध्ये की भारतीय रुपयांमध्ये.

माणसांनी नि:संकोचपणे स्वप्नांचा उपभोग घ्यावा. ती लिहून ठेवावीत. इतरांना सांगावीत. त्यांना जिवंतपणातच सामील करावं असं मी मानत आलो आहे. जागृती, स्वप्नावस्था, भ्रम, विस्मृती, अर्धजागृतीमधील कल्पनांचे विलास किंवा गाढ निद्रेतील मृतावस्था ह्या साऱ्या उपभोगाच्याच वस्तू आहेत. त्यांची शरम-संकोच बाळगू नये.

एकंदरीत माणूसपणाच्या कुठल्याच अंगाची शरम वागवू नये आपल्या खांद्यावर. संस्कृती कदाचित विवस्त्रतेतूनच जन्मत असावी.

मी प्रेमात पडलो तेव्हा आठ वर्षांचा होतो. तेव्हा मला कळलं की मला काहीतरी होतंय. त्यावेळी मला समजलं की हे आकर्षण नाही प्रेम आहे. मी तिसऱ्या वर्गात शिकत असताना माझ्याच वयाची एक मुलगी माझ्याच वर्गात होती. दिवसा रात्री विचार केला तर मला खरं वाटत नाही. प्रेमाची महती ज्यांना माहीत आहे त्यांना मी सांगितलं. आठ वर्षांचा असताना प्रेम होतं होते. ती तिकडे वडिलांना भेटायला यायची. जेव्हा जेव्हा ती तिकडे यायची ते मला माहीत व्हायचे. मी तिकडे जाऊन दूरवरून तिला पहायचो. खूष व्हायचो आणि घरी जायचो. त्या रात्री त्या वयात ती माझ्या स्वप्नात यायची. दुपारी मी तिला जसं पाहिलं तशीच ती स्वप्नात यायची. आणि स्वप्नात एक पाऊल पुढे जायचो. स्वप्नात मी तिच्याबरोबर बोलायचो.

माझं घर

अली पीटर जान

का? ते लोक हसले, ती मुलगी माझ्या गावातच राहात होती. मी एकदम गरीब माणूस. जंगलात राहात होतो. ती त्या गावची श्रीमंत घरातली मुलगी होती. आकर्षण सुरू झालं तिच्या चेहऱ्यामुळे. स्वप्नात तिचा चेहरा मला रोज दिसायचा. आणि हे आकर्षण होते. बोलण्याची संधीच येत नव्हती. तिच्या आणि माझ्या कुटुंबामध्ये मैत्री होती. तिच्या वडिलांचे किराणाचे दुकान माझ्याच घरासमोर प्रत्यक्षात मी गप्प बसायचो. यानंतर एक वर्ष काहीतरी बहाणा करून मी तिच्या घरासमोरून फिरत असायचो. शाळेत ती भेटायची. मी तिला बघत राहायचो. ती अजूनही माझ्या जीवनाचं अंग आहे. ती आहे तर मी आहे. एक वर्षानंतर काळ बदलला, ती दुसऱ्या शाळेत गेली. मी दुसऱ्या शाळेत गेलो. शाळेत ती मला दिसत नव्हती. मी चर्चमध्ये जायचो. तीही चर्चमध्ये यायची. दर शनिवारी ख्रिश्चन

लोकांना चर्चमध्ये जाऊन फादर लोकांबरोबर कन्फेशन करावे लागत असे. त्यांनी माफी दिली तर माफी होत असे. एकदा मी त्या वयात फादरला विचारलं की मी या वयात मुलीबरोबर प्रेम करतो हे पाप आहे का? त्यांनी सांगितलं प्रेम करणं हे पाप नाही. पण तू ज्या वयात ते करतोस ते पाप आहे का हे मी सांगू शकत नाही. मी फादरला म्हटले तुम्हाला पाप वाटत असेल तर माफ करा. तुम्ही माफ केलं नाहीतरी मी तिला बघत राहणार.

एकदा जेव्हा मी आठवीमध्ये होतो तेव्हा माझ्या स्वप्नात पहिल्यांदा आम्ही लग्न केल्याचं स्वप्न पडलं तोच फादर, तेच चर्च. सगळे तेच वातावरण. आणि लग्न होताना फादर मला विचारतात तू हिच्याशी कायदेशीर आणि चर्चच्या हुकूमाने लग्न करायला तयार आहे की नाही? तिकडे काहीतरी झाले आणि मी चर्चमधून पळून गेलो. फादरला होकार किंवा नकार काहीच दिला नाही. सगळे लोक बघत राहिले.

हे स्वप्न पुढे माझ्या आयुष्यात घडणाऱ्या घटनांचं प्रतीक होतं. कारण पंधरा-वीस वर्षांनंतर एस.एस.सी. नंतर आमची मैत्री झाली. मी तिची सावली झालो. ती जिथे जिथे जायची तिथे तिथे मी तिच्याबरोबर जायचो. तिने मला काही काम करायला सांगितले तर मला वाटायचं ईश्वरानंच मला काम करायला सांगितले आहे. तिने कधी कुठले पुस्तक मागितले तर मी काहीही करून तिला देत असे.

हे सगळे आता आठवत असताना असे वाटते की ते प्रेमाच्या पलीकडचे प्रेम होते. वयाच्या पन्नासाव्या वर्षी मला असंच वाटतं. माझ्यासमोर जे मजनू आहेत, रोमिओ आहेत, प्रेमाचे पुजारी आहेत त्यांनी जे प्रेम केले असेल तसेच प्रेम मी तिच्यावर केले आहे.

मी पदवीधर झालो. मला नोकरी नव्हती. पण तिच्यासाठी मी नोकरी शोधत राहायचो. तिच्यासाठी काहीही करताना मला आनंद वाटत असे. मी उपाशी राहायचो. पैसे साठवायचो. तिला मदत करायचो.

मी तिला कॅमलिन कंपनीत नोकरीला लावले. मी मात्र बेकारच होतो. त्यावेळी मला एक स्वप्न पडले. त्या स्वप्नाने माझे आयुष्य भंगले. अजूनही ते स्वप्न आठवते.

स्वप्नात ती ख्रिश्चन ननच्या रूपाने आली. आमचे तेव्हा प्लेटॉनिक

लव्ह चालत होते. तेव्हा ती रोज चर्चला जाऊ लागली. मी एकदा तिच्या भावाला विचारले ती सकाळी उठून केव्हा जाते. त्याने सांगितलं, तिला नन व्हायचे आहे. तेव्हा ती दररोज चर्चमध्ये जायची. ती तेव्हा सात वाजता चर्चमध्ये जायची, मी तिच्या मागे मागे जायचो. कधी पुढे गेलो नाही. मला त्या काळात वाटले ही मुलगी इतर मुलींसारखी नाही. माझे प्रेम या मुलीबरोबर यशस्वी होणार नाही. ती नन होणार. तिला त्यावेळी हजार रुपयांची नोकरी होती. स्टेनोग्राफर म्हणून ती काम करत होती. तेव्हा मी स्क्रीनमध्ये नोकरीला लागलो. सकाळी साडेनऊ वाजता मी रस्त्यावर उभा राहायचो. ती दिसेनाशी होईपर्यंत थांबायचो. आणि संध्याकाळी जेव्हा केव्हा सहा वाजता मला वेळ मिळायचा तेव्हा मी रस्त्याच्या दुसऱ्या बाजूला उभा राहयचो. I love you म्हणायची माझी कधी हिंमत झाली नाही.

एक दिवस मी आणि तिचा भाऊ हिंदू हॉटेलात चहा पीत बसलो. त्याला माहीत होते माझे त्याच्या बहिणीवर प्रेम होते. त्याने मला एक वाक्य सांगितले जे मरेपर्यंत मी विसरणार नाही. त्याने सांगितले, १ सप्टेंबर १९७८ पासून तुझे आयुष्य अड्ड्यात जाईल. मला थोडी कल्पना आली. काहीतरी विपरीत घडणार आहे. वादळ होणार आहे. चार-पाच दिवसांनंतर मी ऑफिसला पोहोचलो. माझ्या टेबलावर एक पत्र होते. तिचेच ते पत्र होते. पत्र उघडताना माझे हात थरथर कापत होते. पत्र उघडण्याचे त्राण माझ्या हातात नव्हते. माझा शिपाई प्रमोद याला मी पत्र उघडायला सांगितलं. मी पत्र वाचायला सुरुवात केली. पत्राचा शेवट वाचताना मला वाटले माझे आयुष्य संपले आहे. त्या पत्रात तिने लिहिले होते एक सप्टेंबरपासून मी संसार त्याग करून, नोकरी सोडून, घरदार सोडून नन बनायला जाते. ते पत्र आतापर्यंत माझ्याकडे आहे. मी तिला पोहोचवण्यासाठी व्ही.टी. स्टेशनवर गेलो. माझे मित्र माझ्याकडे आले. त्यांच्याबरोबर प्रेसक्लबला गेलो. भरपूर दारू प्यायलो. मग दोन गुलाबाची फुलं घेऊन गेलो. मी सगळ्यात शेवटी तिला भेटलो. ते फूल द्यायची हिंमत झाली नाही. फूल खिशातच राहिलं. घरच्यांची काळजी घेण्यासाठी तिने मला सांगितले. मित्रांनी मला सांगितले की फूल दे. गाडी सुरू झाल्यावर चाकांसमोर मी ते फूल टाकून दिले.

वयाची पन्नाशी उलटली तरी ते प्रेम अजूनही माझ्या मनात आहे. जे जे मी सगळे केले ते सर्व तिच्यासाठी केले. झोपण्यापूर्वी मी तिला दररोज मागत असतो की तू स्वप्नात ये. दररोज मी प्रार्थना करतो. जवळ जवळ दररोज ती स्वप्नात येते. झोपताना माणसं प्रार्थना करतात. ती स्वप्नात यावी म्हणून मी नेहमी प्रार्थना करतो. माझ्या आयुष्यातले पहिले पुस्तक मी तिला अर्पण केलेले आहे.

आयुष्यातील ही प्रेमकथा मी जशी स्वप्नात बघितली तशीच ती घडत गेलेली आहे. स्वप्नात प्रेमकथा जिवंतच आहे.

मी एक स्वप्नांचे घर आहे. स्वप्नांनीच माझे आयुष्य घडवले आहे. आयुष्यातल्या सगळ्याच घडणाऱ्या गोष्टी मी स्वप्नात पाहिल्या आहेत. स्वप्नांची मालिकाच मी पाहतो आहे.

एका रात्री स्वप्नात मी श्रीमंत माणूस दिसतो आहे. चोहोबाजूने सोने, पैसा मला मिळतात. हे स्वप्न जेव्हा मला पडते तेव्हा ते रात्रभर येते. स्वप्नात जाग आली तरी हेच स्वप्न मला परत परत पडते. कधी कधी झोपेतून उठल्यावर मला वाटतं की हे स्वप्नात मिळणारे पैसे माझ्याकडे आहेत. आणि मी प्रयत्न करतो की झोप संपूच नये. हे पैसे असेच स्वप्नात राहावे. सकाळी मी उठतो तेव्हा लक्षात येते की माझ्या हातात काहीच नाही.

वयाच्या अठराव्या वर्षापर्यंत माझ्याकडे पैसाच नव्हता. अत्यंत गरिबीत आयुष्य गेलेले. मला जो पगार मिळतो ते मला स्वप्नच वाटते. तीन महिन्यातून एकदा तरी मला हे श्रीमंतीचे स्वप्न पडते.

स्वप्नात मी एक वेगळे जग बघतो. त्याचे वर्णन करता येत नाही. मी त्या दुनियेत रात्रभर पळत राहातो. पण त्या दुनियेतच मी राहतो. मला कधी ते दुनिया सोडून देत नाही. मी धावतच राहातो. पुनःपुन्हा ते स्वप्न पडतं. माझ्या आयुष्यातील असुरक्षितता म्हणजेच ते स्वप्न आहे असे मला वाटते.

पंधरा-सोळा वर्षांचा असताना कोंडिव्हिटा या गावात राहात होतो. ते गाव जंगल होते. त्या गावातल्या लोकांनी बस बघितली नव्हती. रस्ता पाहिला नव्हता. त्या वयात स्वप्न पाहिले की हे माझे गाव खूप बदलेल. लोक म्हणतील हे गाव कुठे गेलं? आता जे मोठमोठे उद्योगधंदे आहेत ती सर्व उद्योगनगरी मी स्वप्नात पाहिली. आज मी बदललेलं गाव

पाहतो. ते स्वप्नात दिसले. ते तीस-चाळीस वर्षापूर्वी पाहिले. हे स्वप्न धाकट्या भावाला सांगितले होते. भावाला पटत नव्हते. काही वर्षांपूर्वी एक शास्त्रज्ञ मला कंपनीत घेऊन गेला. ती कंपनी बघायला गेलो तेव्हा त्या शास्त्रज्ञाला सांगितलं की ही कंपनी मी स्वप्नात पाहिली.

माझे बदलत जाणारे गाव स्वप्नात पाहिले. मी ज्या गावात राहात होतो तिथे महाकाली गुंफा आहे. आमची ती सुट्टीच्या दिवसात खेळायची जागा असायची. खूप विचार करायचो. जुन्या वस्तू दिसल्या की मला त्यांचा शोध घ्यायची इच्छा व्हायची. हे सगळे माझ्या स्वप्नात यायचे. ही जागा, हे गाव ऐतिहासिक आहे असे वाटायचे. हे स्वप्न घेऊन मी फादर हेरास संस्थाचालकांना भेटलो.

त्यांना सांगितले की तुम्ही इथल्या जागेचा शोध घ्या. ही भूमी मला ऐतिहासिक वाटते. मला ते वेड्यात काढायचे. एक दिवस मला सापडलेली बैलाची मूर्ती घेऊन फादर हेरास संस्थेत गेलो आणि त्यांना भेटलो. त्यांना सांगितलं की अशा अनेक मूर्ती या परिसरात आहेत. तुम्ही संशोधन करा. तेव्हा ते गंभीर झाले. संस्थेतील संशोधक महाकाली गुंफा परिसरात आले. त्यांनी शोध घ्यायला सुरुवात केली. त्यांना अनेक ऐतिहासिक गोष्टी सापडल्या. आजिमितीला या पुरातन वस्तू संस्थेत आहेत. मी स्वप्नात बघितलेला इतिहास त्यांना सापडला.

मी ज्या परिसरात राहात होतो तिथे दररोज खून-मारामाऱ्या व्हायच्या. पोलिसांनाही तिथे येण्यासाठी भीती वाटत होती. तिथे जंगलराज होते. तिथे घडणारी प्रत्येक भयकारक घटना आजही माझ्या स्वप्नात येते. आज मी पांढरपेशा वस्तीत राहात असलो तरी ते पूर्वीचे जग माझा पिच्छा सोडत नाही. स्वप्नात मी घाबरा होतो. ती त्यावेळची भीती आजही माझ्या स्वप्नात येते.

स्वप्नात मला जवळच्या माणसांचा मृत्यू दिसतो. माझ्या आई-वडिलांचा मृत्यू स्वप्नात पाहिला. ज्या दिवशी स्वप्नात मृत्यू दिसतो, त्याच्या दुसऱ्याच दिवशी ती माणसे मला सोडून गेलेली असतात. माणसाच्या मृत्यूची स्वप्ने मला पडू नये असं मला वाटते.

पहिले प्रेम मी स्वप्नात पाहिले. दुपार असो रात्र असो झोपेत मला एकच स्वप्न पडते. माझे पहिले प्रेम मला कुठेतरी भेटणार.

पंचवीस वर्षांचा असेपर्यंत मी दारूला कधी स्पर्श केला नव्हता.

दारू प्यायला सुरुवात केल्यानंतर आजपर्यंत दारूच्या साहाय्याने मी जगलो आणि मग दारूसाठी अनेकदा मी मृत्यू पाहिला. एकदा स्वप्नात काहीतरी घडले. मला असं वाटले की दारू सोडून द्यायला पाहिजे आणि मी दारू सोडली. दारूमुळे जे अपघात झाले ते सर्व स्वप्नात येतात.

चौथीत असताना माझ्या स्वप्नात पेन यायचे. पेन स्वप्नात बघितले की मी वेडा व्हायचो. मी चांगले पेन पाहिले की त्याची चोरी केल्याचे स्वप्न पडते पण पेनची चोरी करताना कधी पकडलो गेलो नाही.

स्वप्नांची एक विलक्षण आठवण माझ्या मनात घर करून बसलेली आहे.

माझ्या शेजारी जोसेफअंकल राहात असत. त्यांना मटक्याचा नाद होता. दररोज ते हा जुगार खेळत असत. जोसेफअंकल सकाळी उठले की आम्हा मुलांना बोलवायचे. आम्ही आठ-दहा मुले त्यांच्याभोवती उभे राहत असू. ते प्रत्येकाला स्वप्न विचारायचे. आम्ही त्यांना दररोज पडणारी स्वप्ने सांगत असू. आम्ही स्वप्न सांगितले की ते मटक्याचा आकडा लावत असत. ज्याचे स्वप्न खरे व्हायचे तो दुसऱ्या दिवशी हिरो असायचा. अंकल त्याला बक्षीस देत. आम्हा सर्व मुलांनाही खाऊ मिळत असे. स्वप्नांचे आणि आकड्यांचे अजब गणित त्यांनी स्वतःसाठी मांडले होते.

स्वप्नात पाणी पाहिले की ते पाच आकडा लावायचे. लंगडा स्वप्नात आला की सात आकडा लावायचे. एकट्या माणसाला चालताना पाहिले तर एक्का लावायचे. दोन माणसांना, दोन पक्ष्यांना, बदकांना, कोंबड्यांना स्वप्नात पाहिले तर डबल फिगर लावायचे. साप पाहिला तर सात लावायचे. स्वप्नात स्थूल आँटी दिसली तर आठ लावायचे.

दोन स्थूल आँटी दिसल्या तर ८८ लावायचे. मुलगी पाहिली तर मेंढी लावायची. मेंढी म्हणजे शून्य.

आमच्या गल्लीत सायमन पाव विकायला येत असे. स्वप्नात कुणाला सायमन दिसला तर चार आकडा लावायचे. मुर्गी स्वप्नात दिसली तर तीन आकडा लावायचे.

दिलीपकुमार, देवआनंद, राजकुमार आणि त्यावेळचे हिरो स्वप्नात आले तर दहा लावायचे.

हिजडा स्वप्नात आला तर सहा लावायचे. दोन माणसांना पाहिले तर दोन लावायचे.

बक्षीस म्हणून आम्हाला पेन्सिली, चॉकलेट मिळायचे. आम्हा मुलांच्या स्वप्नांवर जोसेफअंकल जुगार खेळायचा. त्याला जुगारात पैसे कमवून मुलाला टायपिस्ट बनवायचे होते.

आमची स्वप्ने खोटी ठरली, जुगारात अंकल हरले तर ते आम्हाला ओळख देत नसत. जोसेफअंकलला जुगारात पैसे मिळताना पाहून मलाही एकदा जुगार खेळायची इच्छा झाली. मी भीत भीत चार आण्यांचा जुगार खेळलो. रात्रभर तळमळत होतो. सकाळी समजले की मी जुगारात हरलो. तेव्हापासून मटका कधी खेळलो नाही.

SMIRNOFF व्होडकाची बाटली मी प्यालो तर मला विचित्र स्वप्ने पडतात. प्रेम चोप्रांनी मला SMIRNOFF ची एक बाटली भेट म्हणून दिली होती. ती बाटली संपेपर्यंत मला सतत विचित्र स्वप्नांनी भंडावून सोडले होते.

ALEAZA ची व्होडक्याची बाटली मी प्यालो तर मला विचित्र स्वप्न पडत नाही. असा आजवरचा अनुभव आहे.

ज्या गोष्टी कधी आवडत नाहीत, त्या गोष्टी स्वप्नात येत नाहीत, आई-वडील जाऊन अनेक वर्षे झाली पण ते कधीही स्वप्नात आले नाहीत. माझ्या आयुष्यात रात्री झोपेत पडणाऱ्या स्वप्नांना खूप महत्त्वाचे स्थान आहे. त्या स्वप्नांतच मी जगत असतो. स्वप्ने मला कधी कुठे सोडून जात नाहीत. आयुष्यभर स्वप्नांबरोबरच राहिलो.

शब्दांकन : अरुण शेवते ◆

बायबलमधील स्वप्नसृष्टी

फादर फ्रान्सिस दिब्रिटो

मध्यपूर्वेतील देशांमध्ये देवाचा संदेश माणसाला पोहोचवण्यासाठी स्वप्न हे एक माध्यम मानले जात होते. भावी घटनांविषयीच्या पूर्वसूचना स्वप्नांद्वारे दिल्या जात असत. अनेकदा या स्वप्नांचा उलगडा करावा लागत असे. ती एक दुर्मिळ कला होती.

'स्वप्नांचा उलगडा (Oneiromancy) नावाचे शास्त्र त्याकाळी प्रगत झाले होते. स्वप्ने आणि त्यांचे अर्थ यासंबंधी मेसापोटेमिया आणि इजिप्त येथे खूप ग्रंथ लिहिले गेले होते आणि काही आजतागायत जतन करून ठेवण्यात आलेले आहेत. स्वप्नांचे अर्थ लावणारे व्यावसायिक इजिप्त आणि बाबिलोन येथे होते असा संदर्भ बायबलमध्ये येतो.

यहुदी किंवा ज्यू लोक हे एकेश्वरी तत्त्वज्ञान मानीत असत. परमेश्वर माणसाशी सरळ बोलतो असा त्यांचा विश्वास होता. मात्र, यहुदी लोक-मानसामध्ये स्वप्नाला मोठे स्थान होते. लोककथा, गोष्टी, मिथके आदींमध्ये स्वप्नांचे उल्लेख आढळतात. बायबलच्या लेखकांच्या मते स्वप्ने ही दैवी दळणवळणाचे दुय्यम आणि कनिष्ठ माध्यम होते. जुन्या आणि नव्या करारात स्वप्नांचे अनेक संदर्भ मिळतात.

आब्राहामचे स्वप्न

आब्राहाम (इ. स. पू. १७२८-१६८६) हा यहुदी समाजाचा कुलपुरुष. परमेश्वर त्याच्याशी दृष्टांताद्वारे किंवा आपल्या दूतांद्वारे बोलत असे. एकदा आब्राहामला गाढ झोप लागली असता स्वप्नामध्ये आब्राहामला देवाचे दर्शन झाले. देव त्याला म्हणाला, "तुझे वंशज गुलामगिरीत जातील. तिथे ते चारशे वर्षे राहतील. तिथे त्यांचा छळ होईल. योग्यवेळ येताच मी त्या राष्ट्राचे पारिपत्य करीन. त्यानंतर तुझे वंशज पुष्कळ लूट घेऊन तेथून निघतील.

तसेच आब्राहामचे भवितव्यही काय असेल त्याची कल्पना देवाने त्याला दिली. "तू दीर्घायुषी होशील."

या दोन्ही गोष्टी भविष्यसूचक होत्या. दोन्हीही खऱ्या ठरल्या. त्याचा वंशज योसेफ इजिप्तमध्ये गेला. पुढे योसेफने आपले वडील आणि भाऊ यांनाही इजिप्तमध्ये नेले. तिथे त्यांचे अनेक वर्षे वास्तव्य होते. इजिप्तमध्ये यहुदी लोकांचा छळ झाला. तेव्हा मोशेच्या (इ.स.पू. १२००) नेतृत्वाखाली लोकांनी बंड केले आणि ते मायदेशी (म्हणजे पॅलेस्टाइनमध्ये) परतले. तसेच आब्राहामला १७५व्या वर्षी मृत्यू आला.

अबिमलेकचे स्वप्न

निरनिराळ्या प्रांतातून भटकंती करून आब्राहाम कनान (सांप्रत इस्राएल) या देशात निघाला. वाटेवर कादेश प्रांतात त्याने मुक्काम केला. आब्राहामबरोबर त्याची रूपवती पत्नी सारा होती. ती आपली बायको आहे असे सांगितले तर तिच्या अभिलाषेने त्या देशाचा राजा आपल्याला ठार करून तिला ताब्यात घेईल अशी त्याला भीती वाटली. त्यामुळे ती आपली बहीण आहे असे त्याने सर्वांना सांगितले (एका अर्थाने ते खरे होते, कारण ती त्याची सावत्र बहीण होती). गरार येथील राजा अबिमलेक याला साराची माहिती मिळाली तेव्हा तिचा उपभोग घेण्यासाठी त्याने तिला आपल्या अंत:पुरात आणले. त्या रात्री अबिमलेक राजाला देवाने स्वप्नात दर्शन देऊन त्याला ताकीद दिली, "तू जी स्त्री घरात आणली आहेस तिच्यामुळे तुझा अंत होणार आहे. कारण ती एक विवाहित स्त्री आहे."

अबिमलेकने तिला स्पर्शही केला नव्हता. तो देवाला म्हणाला, "ती आपली बहीण आहे आणि तो आपला भाऊ आहे असे उभयतांनी सांगितल्यामुळे मी तिला घरात आणले."

परमेश्वर त्याला स्वप्नातच म्हणाला, "तिला स्पर्श करू नकोस. ती देवमाणसाची धर्मपत्नी आहे. तो तुझ्यासाठी प्रार्थना करील. पण जर तू तिला परत केले नाही तर तू नि:संतान होशील."

पहाटे राजाने दरबार बोलावला आणि आपल्याला पडलेले स्वप्न सर्वांना कथन केले. त्यामुळे सर्वत्र भीतीचे वातावरण पसरले. राजाने

आब्राहामला बोलावून घेतले आणि त्याला खुलासा विचारला.

तेव्हा, 'आपण भीतीपोटी ती आपली बहीण आहे असे सांगितले' अशी कबूली त्याने दिली. राजाने त्याला नजराणे दिले आणि आब्राहामने त्याच्यासाठी प्रार्थना केली. त्यामुळे त्या देशावर येणारे संकट टळले आणि एका विवाहितेच्या अब्रूचे रक्षण झाले.

याकोबचे स्वप्न

एसाव आणि याकोब हे आब्राहामचे नातू. आपला भाऊ एसाव ह्याच्याबरोबर भांडण झाल्यामुळे याकोब आजोळी आपला मामा लाबान याच्याकडे पळून जात होता. रात्र झाल्यामुळे तो एका ठिकाणी उशाला धोंडा घेऊन झोपी गेला. तेव्हा त्याला स्वप्न पडले त्या स्वप्नात त्याला एक दृश्य दिसले. ते असे : एक शिडी पृथ्वीपासून निघून आकाशापर्यंत पोहोचली होती, तिच्यावरून देवदूत चढत, उतरत होते असे त्याला दिसले. त्यानंतर साक्षात परमेश्वर प्रकट झाला, तो त्याला म्हणाला, "मी तुझ्या वाडवडिलांचा देव आहे. मी तुला भूमी आणि संतती देईन आणि तुझ्या संततीद्वारे अखिल पृथ्वीला आशीर्वाद देईन. मी तुझा पाठीराखा होऊन तुझे संरक्षण करीन. तुला पुन्हा या देशात घेऊन येईन."

याकोब जागा झाला. तो विस्मयचकित आणि भयभीत झाला. तो स्वत:शीच म्हणाला, "हे भयावह असे स्थळ आहे, हे प्रत्यक्ष देवाचे घर, स्वर्गाचे दार आहे."

याकोब मामाच्या गावी गेला. त्याच्याकडे तो राहिला. मामाच्या दोन्ही मुलींबरोबर त्याने लग्न केले. पुढे मामेभावाबरोबर त्याचे खटके उडू लागले. तेव्हा तो तिथूनही पळून निघाला. सासरा लाबान त्याचा पाठलाग करीत निघाला. तेव्हा देवाने रात्री लाबानला स्वप्नात सांगितले, "याकोबला त्रास देऊ नकोस."

सासऱ्याने याकोबला गाठले परंतु, देवाने स्वप्नात सूचना केल्यामुळे त्याने त्याला इजा केली नाही.

स्वप्नदर्शी योसेफ (उत्पत्ती : ३७, ५; ४०, ५-१९, ४१, १-७)

याकोबला एकूण बारा मुलगे होते. योसेफ हा भावंडात अकरावा होता. तो वडिलांचा लाडका होता म्हणून त्याचे अन्य बंधू त्याचा मत्सर करीत असत. तसेच, योसेफला स्वप्ने पडत असत. एकाप्रकारे तो देवाचा अनुग्रह होता. भावी घटनांची ती पूर्वसूचना होती.

पहिले स्वप्न

योसेफ आपली स्वप्ने आपल्या भावांना सांगत असे. एके दिवशी तो म्हणाला, 'मला पहिले स्वप्न पडले ते असे: आपण शेतात पेंढ्या बांधीत होतो. अचानक माझी पेंढी उठून उभी राहिली आणि तुमच्या पेंढ्या माझ्या पेंढीभोवती येऊन उभ्या राहिल्या व त्यांनी तिला नमन केले.''

त्याच्या भावांनी त्या स्वप्नाचा अर्थ लावला. ते त्याला म्हणाले, ''आमच्या पेंढ्यांनी तुझ्या पेंढीला नमन केले म्हणजे तू आमच्यावर राज्य करणार आहेस का? तू आमच्यावर सत्ता चालवणार आहेस का?'' त्या स्वप्नामुळे ते त्याचा द्वेष करू लागले.

पुढे त्याला आणखीही एक स्वप्न पडले. तेही त्याने भावांना सांगितले. तो म्हणाला, ''सूर्य, चंद्र आणि अकरा तारे ह्यांनी मला नमन केले.''

त्याच्या वडिलाने, याकोबने त्याला धमकावून म्हटले, ''मी, तुझी आई आणि तुझे अकरा भाऊ तुला नमन करण्यासाठी येणार आहोत का? गप्प बैस.''

या स्वप्नामुळे त्याचे भाऊ त्याचा अधिकच हेवा करू लागले, पण त्याच्या बापाने ही गोष्ट आपल्या मनात जपून ठेवली. याकोबला स्वप्नांचा अनुभव होता. त्याने योसेफला दटावले तरी त्याच्या स्वप्नात काहीतरी गूढ अर्थ भरलेला आहे असे त्याने ताडले.

पुढे योसेफच्या भावांनी त्याला इजिप्तच्या व्यापाऱ्यांना विकले. तेथे त्याचे भाग्य फळफळले, तो राजाचा प्रधान झाला. त्यावेळी इस्राएलमध्ये मोठा दुष्काळ पडला. योसेफचे भाऊ धान्य आणण्यासाठी इजिप्तला आले. योसेफने त्यांना ओळख दिली नाही. त्यांनी त्याला नमन केले. दुसऱ्यावेळेला योसेफच्या इच्छेनुसार वडिलांसहित सर्व

भावंडे इजिप्तला आली. त्यांनी त्याला नमन केले. त्यानंतर योसेफने त्यांना ओळख दिली म्हणजे कालांतराने त्याची स्वप्ने खरी ठरली.

कैद्यांना पडलेली स्वप्ने

फारो राजाचा अंमलदार पोटीफर याच्या पत्नीने योसेफला मोहात पाडण्याचा प्रयत्न केला. तो अयशस्वी झाल्यावर तिने त्याच्यावरच उलट आळ घातला. तेव्हा योसेफला तुरुंगात टाकण्यात आले. तिथे राजाचे प्रमुख प्यालेबरदार आणि प्रमुख आचारी हे दोघे अटकेत होते.

प्यालेबरदार आणि आचारी ह्यांना एकाच रात्री स्वप्ने पडली. सकाळी योसेफ उठून पाहतो तो दोघांचे चेहरे पडलेले आहेत.

योसेफने त्यांना विचारले, ''आपली तोंडे का उतरली आहेत?''

ते त्याला म्हणाले, ''आम्हाला स्वप्ने पडली आहेत आणि त्यांचा अर्थ लावणारा कुणी जवळपास नाही.''

योसेफ त्यांना म्हणाला, ''देवच अर्थ सांगत असतो. तुम्ही मला तुमची स्वप्ने सांगा. देवाने प्रेरणा दिली तर मी त्यांचा अर्थ तुम्हाला सांगेन.''

प्यालेबरदार योसेफला म्हणाला, ''स्वप्नात मला एक द्राक्षवेल दिसला. त्या वेलाला तीन फाटे होते. त्यांना कळ्या फुटून बहर आला आणि त्याच्या गुच्छांना द्राक्षे येऊन पिकली. राजा फारोचा पेला माझ्या हातात होता. मी द्राक्षे घेऊन ती राजाच्या प्याल्यात पिळली आणि तो पेला राजाच्या हाती दिला.''

योसेफ त्याला म्हणाला, ''याचा अर्थ पुढीलप्रमाणे : ते तीन फाटे म्हणजे तीन दिवस. तीन दिवसाच्या आत फारो तुझे शिर वर करून तुला तुझ्या हुद्द्यावर पूर्ववत नेतील. तू पूर्वीप्रमाणे राजाचा प्यालेबरदार होऊन त्याच्या हाती प्याला देशील.'' त्या गृहस्थाला खूप आनंद झाला.

पुढे योसेफ त्याला म्हणाला, 'तू राजदरबारात रुजू झालास म्हणजे माझी आठवण ठेव. राजाला माझ्याविषयी सांगून माझी येथून सुटका कर, कारण मी निर्दोषी आहे.''

आपल्या सहकाऱ्याच्या स्वप्नाचा सविस्तर अर्थ योसेफने सांगितलेला

पाहून आचाऱ्याची आशा पल्लवित झाली. त्यानेही आपले स्वप्न कथन केले. तो म्हणाला, “पांढऱ्या भाकऱ्यांच्या तीन टोपल्या माझ्या डोक्यावर होत्या. वरच्या टोपलीत फारोसाठी सर्व प्रकारची पक्वान्ने होती आणि पक्षी माझ्या डोक्यावरील टोपलीतील पदार्थ खात होते.”

योसेफ त्याला म्हणाला, “तीन दिवसाच्या आत राजा तुझे शिर वर करून उडवील. तुला झाडावर फाशी देईल आणि पक्षी तुझे मांस खातील.”

तिसऱ्या दिवशी राजाचा वाढदिवस होता. तेव्हा राजाने प्यालेबरदाराला त्याच्या पूर्वीच्या जागेवर नेमले आणि आचाऱ्याला देहदंडाची सजा दिली.

योसेफने सांगितलेल्या अर्थाप्रमाणे झाले, मात्र तो प्यालेबरदार योसेफला विसरूनच गेला.

राजाला पडलेले स्वप्न

या गोष्टीला दोन वर्षे उलटल्यावर राजा फारो याला स्वप्न पडले. ते असे: तो नील नदीच्या काठावर उभा होता. त्यावेळी नदीतून सात सुंदर व धष्टपुष्ट गाई निघाल्या आणि त्या लव्हाळ्यात चरू लागल्या. त्यानंतर सात कुरूप व दुबळ्या गाई नदीतून वर आल्या आणि त्या पहिल्या गायींजवळ नदीकाठी उभ्या राहिल्या. तेव्हा त्या कुरूप गायींनी सुंदर गायींना खाऊन टाकले.

राजा जागा झाला व पुन्हा झोपी गेला, त्याला दुसऱ्यांदा स्वप्न पडले. ते असे : “एकाच ताटाला सात चांगली व भरलेली कणसे लागली. त्यानंतर खुरटेलली व करपलेली अशी सात कणसे निघाली. खुरटलेल्या कणसांनी भरदार कणसे फस्त केली.”

सकाळी राजा उठला. त्याला खूप अस्वस्थ वाटू लागले. त्याने सर्व ज्योतिषी आणि मांत्रिक बोलावले. परंतु त्यांना काही स्वप्नांचा उलगडा करता येईना.

तेव्हा प्यालेबरदाराला योसेफची आठवण झाली. दोन वर्षांपूर्वी आपण तुरुंगात असताना त्याने आपल्याला व आचाऱ्याला पडलेल्या स्वप्नांचा अर्थ कसा सांगितला व त्याप्रमाणे कसे घडले हे त्याने राजाला सांगितले.

राजाने योसेफला बोलावून घेतले. राजा त्याला म्हणाला, "मला एक स्वप्न पडले, परंतु त्याचा अर्थ सांगणारा कुणी नाही. तू स्वप्नांचा अर्थ सांगण्यात तरबेज आहे असे मी ऐकले आहे."

योसेफने उत्तर दिले, "मी कुणीच नाही. कर्ता करविता परमेश्वर आहे. आपल्याला शांती मिळेल असाच अर्थ देव सांगेल."

राजाने आपली दोन्ही स्वप्ने त्याला सविस्तर कथन केली.

तेव्हा योसेफ म्हणाला, "आपल्याला पडलेली स्वप्ने निराळी वाटत असली तरी एकच आहेत, त्या सात चांगल्या गाई म्हणजे सुकाळाची सात वर्षे आणि सात कणसे म्हणजेही सुकाळाची सात वर्षे. त्यानंतर आलेल्या सात कुरूप गाई आणि सात करपलेली कणसे दुष्काळाची सात वर्षे आहेत. आगामी चौदा वर्षात काय होणार आहे ह्याची पूर्वसूचना देवाने आपल्याला दिली आहे. पहिली सात वर्षे संपन्नतेची आणि सुकाळाची आहेत. त्यानंतर दुष्काळाची सात वर्षे येतील. तो दुष्काळ भयानक असेल, आता हे स्वप्न दोनदा पडले याचा अर्थ देवाने हे ठरवले आहे आणि त्याप्रमाणे घडणार आहे."

योसेफ पुढे म्हणाला, "राजाने सावध होऊन पुढच्या तयारीला लागावे. त्याने एखादा चतुर आणि शहाणा माणूस निवडून त्याला कारभारी नेमावे. त्याच्या हाताखाली अधिकारी नेमावेत. त्यांनी सुकाळाच्या सात वर्षात इजिप्तमधील उत्पन्नाचा एक पंचमांश भाग गोळा करावा आणि नगरोनगरी कोठारे बांधून त्यात तो साठवून ठेवावा. त्यानंतर येणाऱ्या दुष्काळाच्या सात वर्षांसाठी ही बेगमी असेल."

स्वप्नांचा अर्थ ऐकून राजा व सगळा दरबार खूष झाला. राजाने योसेफला आपला प्रधान नेमले. त्यांनी सुकाळाच्या वर्षात योग्य खबरदारी घेऊन कोठारे भरून ठेवली. पुढे दुष्काळ पडला. त्याची मोठी झळ इस्राएलला बसली. तेव्हा योसेफचे भाऊ धान्य खरेदीसाठी त्याच्याकडे आले. त्यांनी त्याला ओळखले नाही. योसेफने मात्र त्यांना ओळखले. परंतु पहिल्यावेळेस ओळख दिली नाही. योसेफला पडलेली स्वप्ने खरी ठरली. त्याच्या भावंडांना त्याला नमन करावे लागले. तसेच, राजाचीही स्वप्ने खरी झाली. सुकाळानंतर दुष्काळ पडला. योसेफच्या सल्ल्यामुळे मोठ्या अनर्थातून देश वाचला.

एका मिद्यानी माणसाचे स्वप्न

मिद्यानी लोकांनी इस्त्राएलच्या प्रदेशाला वेढा घातला होता. सैन्य प्रचंड होते म्हणून इस्त्राएली लोकांची भीतीने गाळण उडाली होती. तेव्हा परमेश्वराने गिदोन (गिदियन) या एका सामान्य माणसाला प्रतिकाराचे नेतृत्त्व करण्यासाठी बोलावले. त्याच्याकडे अवघे तीनशे योद्धे होते. गिदोन चाल करण्यास कचरत होता, तेव्हा देव त्याला म्हणाला, "तू शत्रूच्या छावणीजवळ जा आणि तिथे दोन सैनिकांचे संभाषण तू ऐक म्हणजे तुला योग्य सूचना मिळेल."

गिदोन तिथे गेला तेव्हा एकजण आपल्या सोबत्याला आपले स्वप्न सांगत होता. तो म्हणाला, "ऐक मी स्वप्नात पाहिले की सातूची एक भाकर घरंगळत मिद्यानी लोकांच्या छावणीत येऊन पडली. तिने डेऱ्याला असा धक्का दिला की तो पडला. तो उलटापालटा झाला आणि भुईसपाट झाला."

त्याच्या मित्राने त्याला त्याच्या स्वप्नाचा अर्थ स्पष्ट करून सांगितले, "ही भाकर म्हणजे गिदोन ह्याची तलवार आहे. तो मिद्यानी व त्याचे सर्व सैन्य यांचा धुव्वा उडवणार आहे."

ते स्वप्न आणि त्याचा अर्थ ऐकून गिदोन संतुष्ट झाला. आपण विजयी होणारच हे त्याने आपल्या सैनिकांना पटवून दिले. त्यांनी गनिमीकाव्याने लढून विजयश्री मिळवली.

शलमोनचे स्वप्न

दावीद हा इस्त्राएलचा महान सम्राट होता. त्याच्यानंतर त्याचा मुलगा शलमोन (सॉलोमन) गादीवर बसला. शलमोन सुस्वभावी आणि देवभीरू होता. तो प्रार्थना आणि यज्ञ करण्यासाठी गिबोन येथे गेला. तिथे रात्री परमेश्वराने त्याला स्वप्नात दर्शन दिले.

देव त्याला म्हणाला, "तुला पाहिजे तो वर माग. मी तो तुला देईन."

तेव्हा शलमोनने उत्तर दिले; "तुझा सेवक माझा बाप दावीद ह्याने तुझ्यासमोर सत्याने, धर्माने आणि सरळ चित्ताने राज्य केले. त्यांच्यासमोर मी तर एक अजाण बाळ आहे. राज्यकारभार कसा करावा हे मला

ठाऊक नाही. राज्य कितीतरी मोठे आहे, तेव्हा, तू मला बऱ्यावाईटांचा न्याय करणारी विवेक बुद्धी दे.''

शलमोनची ती मागणी ऐकून देव संतुष्ट झाला. तो म्हणाला, ''धनधान्य, दीर्घायुष्य किंवा आपल्या शत्रूचा निःपात यापैकी काही न मागता, तू विवेकबुद्धी मागितलीस म्हणून मला आनंद झाला आहे. मी तुला विवेकशक्तीचा वर देतो. यापूर्वी तुझ्यासारखा कुणी झाला नाही. आणि यापुढे होणारही नाही. आणि आता तू मागितला नाही असाही एक वर मी तुला देतो. मी तुला धनधान्य आणि ऐश्वर्य देत आहे.'' शलमोन जागा झाला आणि आपल्याला स्वप्न पडले आहे हे त्याला समजले (१ राजे ३, ५-१५). जगातील सर्वात शहाणा राजा म्हणून इतिहासात शलमोनची ख्याती आहे. स्वप्नामध्ये त्याने केलेली प्रार्थना देवाने ऐकली. ज्ञानी, कर्तृत्ववान आणि ऐश्वर्यशाली राजा अशी त्याची नोंद आहे.

इयोबची स्वप्ने

इयोब नावाचा एक सत्त्वशील मनुष्य इस्राएलमध्ये राहात होता. तो परम श्रद्धावंत मनुष्य होता. आपली श्रद्धा सिद्ध करण्यासाठी त्याला अग्निपरीक्षेतून जावे लागले. शारीरिक आदी व्याधींनी त्याला पिडले, त्याला बरीवाईट स्वप्ने पडत असत.

एके ठिकाणी तो म्हणतो, ''मनुष्य स्वप्नस्थितीत, रात्रीच्या दृष्टांतात, गाढ निद्रेत असताना, बिछान्यावर झोप घेत असताना देव त्याची कानउघाडणी करतो. तो त्याला शिस्त लावतो.'' (३३,१५)

तो दुसऱ्या ठिकाणी सांगतो, ''एक गुप्त गोष्ट मला कळली आहे. रात्री माणसे झोपेच्या आहारी असताना, मला दृष्टांत होऊन, मी विचारात मग्न झालो असताना मला भीती वाटते. मी थरथरा कापायला लागतो. माझ्या समोरून वाऱ्यासारखा कुणी गेला तेव्हा माझ्या अंगावर रोमांच उठले. तो तिथे उभा राहिला, परंतु मला त्याचा आकार नीट दिसला नाही. मला अस्पष्ट वाणी ऐकू आली की मर्त्य मनुष्य ईश्वरापुढे टिकाव धरू शकेल का?'' (४, १४-१५)

स्वप्नाद्वारे देव माणसाला शिक्षण देतो, शिस्त लावतो असा इयोबचा

विश्वास होता. तसेच, त्याला स्वप्नात गूढ गोष्टींचे दर्शन झाले.

नबुखदनेस्सरची स्वप्ने

नबुखदनेस्सर हा बाबिलोनचा राजा होता. त्याकाळी बाबिलोनमध्ये स्वप्नांचा अर्थ सांगणारे व्यावसायिकांचे जथे होते. त्यांच्यापैकी अनेकजण केवळ पोटार्थी होते.

एकदा राजाला स्वप्न पडले. तेव्हा त्याने आपल्या राज्यातील सर्व ज्योतिषी, जादुगार, मांत्रिक आदींना बोलावून घेतले आणि त्यांना सांगितले, "मला एक स्वप्न पडले आहे. ते स्वप्न काय आहे व त्याचा अर्थ काय या दोन्ही गोष्टी तुम्ही मला सांगितल्या पाहिजेत. तुम्ही बरोबर उत्तर दिले तर तुम्हाला सोन्यानाण्यांचे नजराणे मिळतील, परंतु तुम्ही सांगू शकला नाहीत तर तुमच्या सर्वांची शंभरी भरली आहे असे समजा."

राजा स्वभावाने विक्षिप्त होता. आपल्याला काय स्वप्न पडले हे मांत्रिकांनी सांगावे आणि त्यानंतर त्याचा अर्थ त्यांनी सांगावा अशी त्याची अपेक्षा होती. ह्या विचित्र अटीचे पालन करणे शक्यच नव्हते. सर्वांची दातखिळी बसली. कुणालाच उत्तर देता येईना. तेव्हा राजाने आपल्या राज्यातील सर्व ज्ञानी लोकांची हत्या करण्याचा आदेश दिला.

राजाच्या पदरी दानिएल नावाचा एक यहुदी पंडित होता. राजाज्ञेप्रमाणे त्याचीही हत्या होणे क्रमप्राप्त होते. तेव्हा दानिएल राजाकडे जाऊन त्याला म्हणाला, "महाराजांनी मला वेळ द्यावा म्हणजे मी हुजुरांस स्वप्नाचा अर्थ सांगेन."

दानिएलने आपल्या सोबत्यांना एकत्र केले आणि देवाची प्रार्थना करण्यास सांगितले. मग रात्री दानिएलला स्वप्न पडले आणि त्या स्वप्नात परमेश्वराने त्याला राजाच्या स्वप्नाचा अर्थ स्पष्ट करून सांगितला.

नंतर दानिएल प्रधानाकडे जाऊन त्याला म्हणाला, "देशातील ज्ञानी लोकांवर तलवार चालवू नका. मला महाराजंपुढे न्या म्हणजे मी त्यांना त्यांच्या स्वप्नाचा अर्थ सांगेन."

दानिएलला राजापुढे हजर करण्यात आले, तो राजाला म्हणाला, "तुमच्या स्वप्नाचा अर्थ ज्योतिषी आणि मांत्रिक ह्यांना सांगता येणार

नाही. रहस्ये प्रकट करणारा परमेश्वर आहे. त्याने आपल्याला पूर्वसूचना दिली आहे. आगामी काळात काय होईल ह्याचा विचार करीत आपण बिछान्यावर लवंडला तेव्हा देवाने आपल्याला भावी गोष्टी कळवल्या आहेत. मी चारचौघांपेक्षा अधिक शहाणा आहे म्हणून नव्हे तर तुम्हाला स्वप्नाचा अर्थ समजावा आणि आपल्या मनातील विचार स्पष्ट व्हावेत म्हणून देवाने दिलेल्या प्रेरणेनुसार मी आता आपणास सर्व सांगत आहे.''

दानिएल राजाला पुढे म्हणाला, ''महाराज आपण स्वप्नात एक भव्य आणि तेजस्वी पुतळा पाहिला. तो महाकाय होता. त्या पुतळ्याचे शिर उत्तम सोन्याचे, त्याची छाती व हात रुप्याचे, त्याचे पोट व मांड्या पितळेच्या, त्याचे पाय लोखंडाचे व त्याच्या पावलांचा काही भाग लोखंडाचा व काही मातीचा होता. आपण स्वप्न पाहात असता, कोणाचा हात न लागता, एक पाषाण आपोआप सुटला व त्या पुतळ्याच्या लोखंडी व मातीच्या पावलांवर आदळून त्यांचे फुटून तुकडे तुकडे झाले. तेव्हा लोखंड, माती, पितळ, रुपे व सोने यांचे चूर्ण होऊन खळ्यातील भुसाप्रमाणे ती झाली. वाऱ्याने ते चूर्ण उधळून नेले. त्याचा मागमूस राहिला नाही. त्या पुतळ्यावर आदळलेल्या पाषाणाचा एक मोठा पर्वत होऊन त्याने सर्व पृथ्वी व्यापली. हेच आपले स्वप्न. आता याचा अर्थ राजाच्या हुजुरांस आम्ही सांगतो.

महाराज, आपण राजाधिराज असून आपल्याला स्वर्गीय देवाने राज्य, पराक्रम, बल व वैभव ही दिली आहेत आणि जेथे जेथे मनुष्यजातीचा निवास आहे, तेथील वनपशू व अंतराळातील पक्षी त्याने आपल्या अधीन केले आहेत. त्या सर्वांवर आपली सत्ता आहे. सुवर्णाचे शिर आपणच आहात. आपल्यानंतर आपल्याहून कनिष्ठ असे राज्य उत्पन्न होईल आणि पितळेचे असे तिसरे राज्य होईल. ते सर्व पृथ्वीवर सत्ता चालवतील.

चौथे राज्य लोखंडासारखे मजबूत होईल. लोखंड सर्वाचा भुगाभुगा करते तसे ते राज्य सर्वांचे चूर्ण करील. आपण त्या पुतळ्याची पावले व पावलांची बोटे पाहिली. त्यांचा काही भाग कुंभाराच्या मातीचा व काही भाग लोखंडाचा होता. तसे हे राज्य द्विविध होईल. तरी मातीत लोखंड मिसळलेले आपण पाहिले तशी त्या राज्यात लोखंडाची मजबूती राहील. त्या पुतळ्याच्या पावलांची बोटे काही भाग लोखंडाची व काही

भाग मातीची होती. तसे ते राज्य अंशत: बळकट व अंशत: दुर्बल असे होईल. लोखंड मातीबरोबर मिसळलेले आपण पाहिले. तसे त्या राज्यातले लोक इतर लोकांबरोबर संबंध जोडतील. पण जसे लोखंड मातीबरोबर एकजीव होत नाही, तसे तेही त्यांच्याबरोबर एकजीव होणार नाहीत.

त्या राजांच्या आमदनीत स्वर्गीय देव एका राज्याची स्थापना करील. त्याचा कधी भंग होणार नाही. त्याचे प्रभुत्व दुसऱ्याच्या हाती कधी जाणार नाही तर ते या राज्यांचे चूर्ण करून ते नष्ट करील व ते सर्वकाळ टिकेल. आपण स्वप्नांत असे पाहिले की कोणाचा हात न लागता त्या पर्वतापासून एक पाषाण आपोआप सुटला आणि त्याने लोखंड, पितळ, माती, रुपे व सोने यांचे चूर्ण केले. यावरून पुढे काय होणार हे त्या थोर देवाने महाराजांच्या हुजुरांस कळवले आहे. हेच आपले स्वप्न व त्याचा अर्थही हाच आहे.'' (दानिएल २. ३२-४५)

दानिएलने आपले स्वप्न सांगितले तसेच त्याचा उलगडाही करून दाखवला म्हणून राजा संतुष्ट झाला. त्याने दानिएलला अभिजन मंडळाचा प्रमुख केले.

राजाचे हे स्वप्न वैयक्तिक स्वरूपाचे नव्हते, तर राजकीय स्वरूपाचे होते. सोने, रुपे, पितळ आणि लोखंडमाती ह्या तत्कालीन जगातील बाबिलोन, मिद, पर्शियन व ग्रीक या एकामागून एक अशा आलेल्या चार महासत्ता होत्या.

यानंतर राजाला झाडाचे एक स्वप्न पडले. दानिएलने त्याचा अर्थ स्पष्ट करून सांगितले, हे स्वप्न वैयक्तिक स्वरूपाचे होते. राजा गर्विष्ठ झाल्याने देव त्याला शिक्षा करणार होता असे त्यातून सूचित करण्यात आले होते.

या स्वप्नात सांगितल्याप्रमाणे लौकरच राजाला वेड लागले. तो बैलाप्रमाणे गवत खाऊ लागला. तो उघड्यावर झोपू लागला. त्याचे केस गरुडांच्या पिसाप्रमाणे वाढले. त्याची नखे पक्ष्याच्या नखासारखी झाली. सात वर्षांनी त्याचे वेड सरले आणि तो पुन्हा माणसात आला.

यानंतरही राजाला स्वप्ने पडत गेली. बाबिलोनी लोकांचा स्वप्नांवर आणि त्यातून मिळणाऱ्या सूचनांवर खूप विश्वास होता.

दानिएलला पडलेले स्वप्न

दानिएल एक सूज्ञ मनुष्य होता. देवाचा वरदहस्त त्याच्यावर होता. त्यालाही राजाप्रमाणे एक स्वप्न पडले. त्याने ते स्वप्न लिहून काढले आणि त्याचे सार कथन केले. त्याला स्वप्नात चार श्वापदे दिसली. पहिले श्वापद सिंहासारखे असून त्याला गरुडासारखे पंख होते. दुसरे अस्वलासारखे होते. तिसरे चित्त्यासारखे दिसले. त्याला चार पंख व चार मस्तके होती व चौथे महाविक्राळ होते. त्याला दहा शिंगे होती.

ही चार श्वापदे म्हणजे बाबिलोन, मिद, पर्शियन व ग्रीक या चार राजवटी आहेत.

चौथे श्वापद म्हणजे ग्रीक राजवट होय. त्या श्वापदाची दहा शिंगे म्हणजे त्या राजवटीचे दहा राजे होत. दहावे शिंग म्हणजे चौथा ॲन्टिओकस एफिफानुस हा राजा होय. या स्वप्नाचा अर्थ इतकाच की जेव्हा चौथ्या श्वापदाचे शेवटचे शिंग मोडेल म्हणजे एफिफानुसचा पाडाव होईल तेव्हा इस्राएली लोकांच्या शाश्वत पवित्र राज्याची सुरुवात होईल.

स्वप्न : एक माध्यम

जुन्या करारातील काही ग्रंथांतील संदर्भानुसार स्वप्न हे परमेश्वराचा संदेश मानवापर्यंत पोहोचवण्याचे एक साधन समजले जात असे. बायबलमध्ये परमेश्वराने लोकांना सांगितले, "अन्य देवमाणसांबरोबर मी दृष्टांताने किंवा स्वप्नातून बोलतो, परंतु मोशे माझा खास सेवक आहे. त्याच्याबरोबर मी तोंडीतोंडी बोलतो." (गणना १२,६) स्वप्न हे दैवी संदेश मिळण्याचे एक साधन आहे, असे या संदर्भावरून आपणास समजते.

जेव्हा देवाचे राज्य पूर्णपणे साकारेल तेव्हा तरुणांना दृष्टांत होतील आणि वृद्धांना स्वप्ने पडतील, असे योएल हा ईश्वरसेवक सांगतो. (योएल २, २८) वास्तविक तरुणांना स्वप्ने पडत असतात, परंतु अशी वेळ येईल की वृद्धांनाही तरुणांप्रमाणे स्वप्ने पडू लागतील.

मात्र स्वप्नाद्वारे नेहमीच देवाचा संदेश मिळतो असे नाही. काही तोतये देवभक्त आपण स्वप्ने पाहिली असे सांगून खोटे संदेश देत

असत. त्यांच्यापासून सावध राहावे असा इशारा यिर्मयाने दिला. (यिर्मया २३,२५)

सारांश

जुन्या करारात स्वप्नांचे काही संदर्भ येतात. आब्राहाम, याकोब, योसेफ, गिदोन, शलमोन आदींना स्वप्नांतून संदेश मिळाले हे खरं आहे. तरीदेखील स्वप्न हे दैवी संकेतांचे साधन आहे यावर बायबल लेखक जास्त भर देत नाहीत. स्तोत्र संहितेत म्हटलेले आहे की स्वप्न हे निरर्थक आहे. (स्तोत्र ७३,२०) अशक्यप्राय वाटणाऱ्या गोष्टीला स्वप्नाची उपमा दिलेली आहे. (स्तोत्र १२६, १) यशया म्हणतो की स्वप्न आभासासारखे असते. ''कोणी भुकेला स्वप्नात जेवतो आणि जागा होऊन पाहतो तो पोट रिकामेच. कुणी तहानलेला स्वप्नात पाणी पितो आणि उठून पाहातो तो व्याकूळ आणि तृषाक्रांत. (यशया २९,८) स्वप्ने खरी होऊ शकत नाहीत, अशी यशयासारख्या काही लेखकांची भूमिका होती.

दानिएलच्या पुस्तकात स्वप्नाचे प्रदीर्घ संदर्भ येतात हे खरे आहे, परंतु ते सर्व इस्राएल बाहेर म्हणजे बाबिलोनमध्ये घडते हे ध्यानात ठेवले पाहिजे.

इजिप्त, मेसापोटेमिया, बाबिलोन या आजूबाजूच्या संस्कृतीमध्ये व देशात स्वप्नांचा अर्थ सांगणारे व्यावसायिक लोक होते. आपल्या अक्कलहुषारीने आपण असे करू शकतो असा त्यांचा दावा होता.

इस्राएली लोक एकेश्वरी होते. कुठल्याही लहानमोठ्या गोष्टीचा वा घटनेचा कर्ता करविता ईश्वरच असू शकतो अशी त्यांची ठाम श्रद्धा होती.

योसेफ आणि दानिएल हे यहुदी धर्मीय होते. त्यांनी स्वप्नांचा अर्थ सांगितला, पण आपण केवळ परमेश्वराच्या प्रेरणेमुळे स्वप्नांचा अर्थ सांगू शकतो अशी यांची स्पष्ट भूमिका आहे. अर्थ सांगणारा माणूस नव्हे, परमेश्वर आहे आणि तो थोर आहे असे ते राजांच्या नजरेस आणून देतात.

नवीन करार

मत्तयकृत शुभवर्तमान हे नवीन करारातील पहिले पुस्तक आहे (लेखनकाल इ.स. ६० ते ७०). त्यात स्वप्न हे दैवी संकेताचे माध्यम आहे असे नमूद केले आहे.

येशूची आई मरिया हिची योसेफ याच्याबरोबर सोयरीक झाली होती. परंतु, हे एकत्र येण्यापूर्वी दैवी संकेतानुसार अयोनी संभवाने मरिया गर्भवती झाली. ही गोष्ट योसेफला समजली तेव्हा तो उद्विग्न झाला.

मरियेला गुप्तपणे अज्ञात जागी सोडून देण्याचा त्याचा बेत होता. अशावेळी प्रभूच्या दूताने त्याला स्वप्नात दर्शन देऊन म्हटले, ''योसेफ, तू मरियेला आपली पत्नी म्हणून स्वीकारण्यास मागेपुढे करू नकोस. तिच्यापोटी देवाच्या आत्म्याच्याद्वारे गर्भ राहिला आहे...'' तेव्हा, झोपेतून उठल्यावर योसेफने मरियेचा पत्नी म्हणून स्वीकार केला. (मत्तय १, २०-२४)

बाळ येशूचे दर्शन घेण्यासाठी तीन राजे आले होते. राजा हेरोद बाळख्रिस्ताचा नाश करण्यासाठी टपला होता म्हणून त्यांनी त्याच्याकडे जाऊ नये अशी त्यांना स्वप्नात सूचना मिळाली म्हणून ते निराळ्या वाटेने परत गेले. (मत्तय २, १२)

त्यानंतर देवदूताने योसेफला स्वप्नात पुन्हा दर्शन देऊन, त्याने बालक व त्याची आई मरिया ह्यांना घेऊन इजिप्तमध्ये जाण्याची सूचना केली कारण राजा हेरोद याच्यापासून बाळाच्या जिवाला धोका होता. पुढे हेरोद मरण पावल्यावर देवदूताने योसेफला स्वप्नात दर्शन देऊन स्वदेशी परतण्याची सूचना दिली.

सुभेदार पिलात याच्यासमोर येशूची सुनावणी चालली होती. तेव्हा पिलाताच्या पत्नीने त्याला निरोप पाठवून सांगितले, ''त्या नीतिमान माणसाच्या बाबतीत आपण पडू नका, कारण आज त्याच्यामुळे मला स्वप्नात फार यातना झाल्या.'' (मत्तय २७, १९)

'प्रेषितांचे कार्य' या पुस्तकात स्वप्न हा शब्द वापरलेला नाही. त्याऐवजी दृष्टांत शब्द वापरलेला आहे. संत पॉलला चार वेळा असे दैवी दृष्टांत झाले आणि महत्त्वाचे संदेश मिळाले. त्यानुसार त्याने

आपल्या कार्याची दिशा ठरवली आणि महत्त्वाचे निर्णय घेतले.

नवीन करारातील सत्तावीस पुस्तकांतील मत्तयच्या पुस्तकातील प्रारंभीचे दोन अध्याय आणि 'प्रेषितांचे कार्य' या पुस्तकात उत्तरार्ध या दोनच ठिकाणी स्वप्न हे दैवी संकेताचे माध्यम आहे असा संदर्भ येतो. या दोन ठिकाणी वापरलेली लेखन शैली ही कथेच्या वळणाने जाणारी आहे.

जिथे ऐतिहासिक वृत्तांत आहेत तिथे स्वप्नाला स्थान दिलेले नाही. प्रभू येशू ख्रिस्ताच्या जीवन चरित्रात स्वप्नाचा ओझरताही उल्लेख येत नाही.

थोडक्यात

माणसाला स्वप्ने पडतात, त्या स्वप्नांचा अर्थ लावण्याची प्रेरणा परमेश्वरच देत असतो. स्वप्नांतून मिळालेल्या संकेताप्रमाणे काही घटना घडून येतात, असा बायबलमधील स्वप्नांच्या सृष्टीचा अर्थ आहे. ◆

स्वप्नांतल्या कविता

शंकर वैद्य

'स्वप्नांतल्या कविता' हे शीर्षक वाचताच 'हा काय प्रकार आहे?' असा प्रश्न वाचकांच्या मनात निर्माण होईल. झोपेत असताना एखादे स्वप्न पडून त्याद्वारे कविता सुचणे किंवा एखादे असे स्वप्न पडणे की सारा स्वप्नातला अनुभवच कवितेचा विषय होऊन एक कविता अस्तित्वात येणे, या निर्मितिप्रक्रियेला अनुलक्षून 'स्वप्नातल्या कविता' हे शीर्षक येथे उपयोजले आहे. अशा रीतीने लिहिल्या गेलेल्या माझ्या काही कविता 'कालस्वर' आणि 'दर्शन' या कविता-संग्रहात समाविष्ट झालेल्या आहेत आणि त्या सुरस आणि चमत्कारयुक्त अशा माझ्या स्वप्नानुभवासंबंधी आणि त्यातून निर्माण झालेल्या काही कवितासंबंधी विवेचन मी येथे करणार आहे.

स्वप्नात अनुभव सुचणे म्हणजे 'स्वप्नाळू वृतीचे जगणे' असे मात्र नव्हे. 'स्वप्नाळू वृत्ती' ही बाब वेगळी आहे. कल्पनेच्या विश्वात (बहुधा रम्य अशा विश्वात) मनाने वावरणे, डोळ्यांपुढे आयुष्यासंबंधी काही रम्य चित्रे उभी करणे आणि ती चित्रे व्यवहार्य आहेत की नाहीत याचा विचार न करता त्या चित्रात (काहीशा भाबडेपणाने) रमणे या मनोवृत्तीला स्वप्नाळू वृत्ती असे म्हणता येईल. स्वप्ने पडणे ही बाब त्या मनोवृत्तीहून वेगळी आहे. स्वप्नात माणूस जे पाहतो-अनुभवतो ते स्वप्नाळूपणाचे असू शकते तसे ते नसूही शकते. स्वप्न हे व्यक्तीच्या अंतर्मनात दडून असलेल्या आणि अबोध स्वरूपात, अप्रकट स्वरूपात, अस्तित्वात असलेल्या अनुभवांचे चमत्कारपूर्ण असे स्वरूप असते. बुद्धीला सहजासहजी ज्याचा नीट उलगडा करता येत नाही असे अतर्क्य, गूढ, कूट या स्वरूपाचेही काही त्या स्वप्नात असते. स्वप्न ही मनाचीच एक क्रीडा असल्याने ती मन:क्रीडा जितकी अतर्क्य स्वरूपाची असते तितकीच आणि

तशीच स्वप्नाची क्रीडाही असते. तिची काही कारणमीमांसा मानसशास्त्राच्या आधारे करता येते. मात्र ती क्रीडा कोणकोणत्या रूपात प्रकटेल हे ठामपणे सांगता येणे अवघड आहे.

माझे मन स्वप्नाला फार पटकन वश होणारे आहे असे मला वाटते. बालपणापासून मला असंख्य स्वप्ने पडली. त्यातली नाट्यपूर्ण आणि भावनेचा गडद ठसा मनावर ठेवून गेलेली काही स्वप्ने मला अजून आठवतात. मात्र सुमारे पंचवीस-तीस वर्षांपूर्वी माझ्या आयुष्यात स्वप्नांच्या बहराचा एक मौसमच आला. त्या काळात जवळजवळ रोज असे मला एक नवे स्वप्न पडे. कधी तर एका रात्रीत (वा दुपारच्या झोपेतही) एकाहून अधिक स्वप्ने मी पाहिली आहेत. कधी झोपेतून मधेच जाग येऊन एखादे स्वप्न तुटले तर पुन्हा झोपताच इंटरव्हल नंतरचा पुढचा भाग म्हणून ते पुढे चालू होई असेही घडले आहे. पुस्तकाची पाने कुतूहलाने एकामागून एक अशी उलगडावीत आणि प्रत्येक पानावर चकित करणारी नवी नवी चित्रे दिसावीत तसे प्रत्येक दिवशी घडून येई, त्या स्वप्नांत पशू-पक्षी, हिंस्र श्वापदे, मित्रमैत्रिणी, विराट कालपुरुष, गांधीजी, नेहरू, भारत देश, चेटकीण, घरातील आई-वडील आदी माणसे, फुले, रानेवने, मृत्यू, ताटातुटीचे तसेच प्रेमाचे प्रसंग, आभाळ, नक्षत्रांची राने आणि ज्यांची खानेसुमारी करता येणार नाही अशा कितीतरी गोष्टींनी सहभागी होऊन माझ्या मनातील त्यांचे अस्तित्व मला दाखवले आहे. या मंडळींनी मला थांगपत्ता लागू न देता गुपचूप माझ्या मनात ठाण मांडले आहे आणि मी झोपल्यावर त्यांच्या क्रीडा सुरू होतात हे पाहून मला केव्हा मौज वाटली आहे तर केव्हा धास्ती! एक ट्रोजन हॉर्सच दाराशी उभा आहे असेही कधी वाटून गेले आहे.

पण ती स्वप्ने पाहताना वा अनुभवताना अगदी वेगळ्यावेगळ्या उत्कट भावावस्थांतून माझे मन गेले आहे. ते कधी सुखावले, कधी दुखावले, कधी आनंदाने हर्षोत्फुल्ल झाले तर कधी भयाने दडपून गेले, कधी थक्क झाले, कधी नितांत शांतरसात विसावले तर कधी विश्वचैतन्याच्या शीतल चांदण्यात अंतर्बाह्य न्हाऊन निघाले. या साऱ्यात गांभीर्याबरोबरच गमतीजमतीचा वाटावा असा हास्यकारक भागही येऊन गेला आहे. त्या साऱ्यांचे स्वरूप पाहता चमत्कारिक, अद्भुत, विपरीत, विस्मयकारक, अघटित, अतर्क्य, अविश्वसनीय, अजब अशी काही

विशेषणे स्वप्नांचे वर्णन करायला हवीतच असे वाटते.

... एकदा स्वप्नात दोन कॉफीच्या रंगाचे दयाळपक्षी पंखांच्या शेपट्या ऐटबाजपणे खालीवर करत माझ्या पुढ्यात आले आणि मला म्हणाले, "आम्हाला 'टिप्' पाहिजे." मी विचारलं "टिप् म्हणजे काय?" ते मला टिपचे स्पेलिंग सांगत म्हणाले, "टी आय् पी- टिप् जी हॉटेलात वेटरला देतात ती... बक्षिसी." मी म्हटले, "तुम्हाला कशासाठी?" ते म्हणाले, "म्हणजे काय! आम्ही गातो. सकाळी तुम्हाला उठवतो यासाठी." मी म्हटले, "अरे, तुम्ही तुमच्या आनंदासाठी गाता." पण ते हट्टाला पेटून म्हणत राहिले, "आम्हाला टिप् पाहिजे." शेवटी मी रागावलो आणि छडीने त्या बिचाऱ्यांना फटकारून टाकले. आणि नंतर माझ्या त्या वर्तनाचा खेद होऊन मी हळहळत बसलो.. अगदी आजपर्यंत. एका स्वप्नात छपरावर बसून एक तरतरीत कावळा चोचीने आभाळातील चंद्रकोर खाली ओढताना मला दिसला. ती चंद्रकोर खाली थोडी ओढली जाई आणि चोचीतून निसटून पुन्हा तिच्या मूळच्या जागी जाऊन बसे. हे पुन्हा पुन्हा होई. मोठी उत्कंठा ताणणारे, मनात काळजी निर्माण करणारे असे ते स्वप्न होते. काही स्वप्नांमध्ये थोडा विनोदही मिसळे. स्वप्नात एकदा एक गाय आली. म्हणाली, "मला 'जरा' व्यायचे आहे त्यासाठी मदत कर." मी गांगरलो. मी म्हटले, "जरा म्हणजे काय? मला यातले काही माहीत नाही." ती म्हणाली, "अरे, मी सांगते तसे कर. जमेल तुला! गायीला नाही म्हणू नये." शेवटी, बाळंतपणे म्हणजे असते तरी काय हे पाहत पाहत, गायीने एकेक सांगितले तसे मी केले आणि एकदाचे तिचे बाळंतपणे केले. गाय मोकळी होऊन खूष झाली आणि मिस्किलपणे माझ्या डोक्यावर एक टपली मारून म्हणाली, "हं, जा. झोपा आता जाऊन निवांतपणे!"

एका स्वप्नात वाघांचे एक प्लॅटूनच्या प्लॅटून माझ्या अंगावर चालून आले. ऐन मोक्याच्या क्षणी एक फोडणी देण्याची पळी माझ्या हाती आली आणि तिने सारे वाघ मी मारले. यात मी फार थकून गेलो. मेलेल्या वाघांची एक टेकडीच माझ्यासमोर होती. ती चढत तिच्यामागून एक बोकड वर आला आणि मला दरडावून ताकीद देत म्हणाला, "जंगलातले सारे वाघ संपले आहेत. आता तुला आमच्याशी लढायचे आहे." तेव्हा आता 'हे अशक्य' असे जाणून पळीसकट मी पळ

काढला! एक स्वप्न तर अतिशय घाबरवून टाकणारे होते आणि जागृतीनंतरही बराच वेळ मन भानावर येईना. या स्वप्नात 'मी आणि मी' असे एका 'मी' चे चक्क दोन 'मी' झाले. म्हणजे असे झाले की, पहाटेस टॅक्सीने माटुंग्याहून दादर स्टेशनला जाताना वाटेत एक सिनेमाची जाहिरात पाहात माझे मन जरा रेंगाळले, तर तेवढ्यात माझा देह घेऊन टॅक्सी मात्र भर्रकन पुढे गेली आणि मी मात्र मागे राहिलो आणि 'ए टॅक्सी, ए टॅक्सी, ठैरो... मुझे कहाँ ले जा रही हो? टॅक्सी ऽऽऽऽ' अशा कंठरवाने आरोळ्या ठोकीत मी जिवाच्या आकांताने टॅक्सीमागे धावत सुटलो. नंतर मोठ्या धसक्याने मी जागा झालो तेव्हा मला कळेना, की मी म्हणजे आता कोणता मी आहे टॅक्सीतला की तिच्यामागे धावणारा?

एकदा तर महात्मा गांधीच स्वप्नात आमच्या घरी आले. तेव्हा माझी आई आणि बहीण दारावर विकायला आलेले काळ्या बाजारातले तांदूळ खरीदण्यात गुंग असलेल्या दिसल्या. तेव्हा गांधीजी गंभीर होऊन म्हणाले, "मी फक्त रेशनकार्डावरले तांदूळ घेणार" आणि ते एवढे बोलून तडक रेशनिंग ऑफीसमध्ये रेशनकार्ड काढण्यासाठी गेले. तेव्हा तेथील क्लार्क म्हणाला, "तुम्हाला रेशनकार्ड मिळणार नाही, कारण गांधीजींचे निधन झाल्याचे सर्वज्ञात आहे!"

स्वप्नांची ही यादी फार लांबवण्यात अर्थ नाही. पण ही स्वप्ने वाचताना वाचकांना शंका येईल की सारी खरोखरची स्वप्ने की हे कल्पनेने तयार केलेले किस्से? हे किस्से आहेत की काय अशी रास्त शंका वाचकांना यावी अशा स्वरूपाची ही स्वप्ने आहेत हे माझे मलाच जाणवते आहे. पण ही खरी स्वप्ने आहेत. या स्वप्नांतील दयाळपक्षी, कावळा, वाघ, गाय, गांधीजी हे सारे माझ्या चांगल्या परिचयाचे आहेत. पण त्यांनी या स्वरूपात स्वप्नात का यावे याचा नीट उलगडा मात्र मला होत नाही. दुसरे असे की, ही स्वप्ने पाहताना कवितेच्या दृष्टीने त्यांचा विचार करावा असे चुकूनही मला वाटलेले नाही. याचे कारण कवितेसाठी हवे असलेले अनुभवरूप आणि काव्य त्यात नव्हते. दुसऱ्या एका स्वप्नाने मात्र मला कवितेची दिशा दाखवली. त्या स्वप्नात माझ्या जिवाभावाच्या मैत्रिणीला उद्देशून मी सांगत होतो, 'सारे हवे ते या जन्मात, पुन्हा असा जन्म नाही, हा देह पुन्हा नाही, हे मन पुन्हा नाही!' तेवढ्यात एका क्षणात

आम्हा दोघांचे निधन! एक अंधाराचा क्षण मध्यंतरी जाऊन स्वप्नातले दृश्य बदलते. सभोवार पहाटेचे उल्हासदायक निर्मल वातावरण आहे. आता ती एक सुंदर गुलाबी कमळ झालेली आहे आणि मी एक चकचकीत दवबिंदू होऊन पडलो आहे जवळच दुसऱ्या पानावर. मला त्या कमळाला सांगायचे आहे, 'मीच तो, मीच तो' माझा ऊर आभाळाएवढा ताणला जाऊन आकुंचन पावतो आहे, पुन्हा ताणला जातो आहे पण मला सांगता येत नाही, कारण, मला बोलता येत नाही, ऊर फुटायला आला तरी माझे शब्द फुटत नाहीत कारण मला ओठ नाहीत! हा अनुभव नाट्यपूर्ण असा काव्यानुभवच आहे, प्रतिमारूपात तो प्रकटलेला आहे, दोन व्यक्तीतला संवाद तुटणे, संपर्क तुटणे, त्यातून होणारा कोंडमारा हा याचा सूचितार्थ आहे किंवा त्याचेच हे रूप आहे, हे माझे मलाच पटून ही घटना मी शब्दांत मांडली. आनंदाची गोष्ट म्हणजे ही कविता अनेक रसिकांना फार आवडली. सुप्रसिद्ध समीक्षक माधव मनोहर यांना तर ती इतकी आवडली की 'कालस्वर' या माझ्या काव्यसंग्रहाचे परीक्षण करताना त्यांनी लिहिले, "प्रस्तुत संग्रहात अशी एक अप्रतिम कविता आहे की ज्या कवितेचे विस्मरण सहसा घडू नये व घडल्यास ते पापशापरूप वाटावे, या कवितेचे शीर्षक आहे, 'एक स्वप्न?'... आणि अशा अविस्मरणीय कविता वाचल्यावरही शब्द फुटत नाही." (नवशक्ती ७ नोव्हेंबर १९७१ *सदर – शब्दांची दुनिया*)

स्वप्नात कवितारूपाने जाणवलेल्या आणखी काही अनुभवांकडे वळण्यापूर्वी येथे एक महत्त्वाचा प्रश्न विचारात घ्यावासा वाटतो.

भावकवितेसंबंधी बोलताना असे म्हटले जाते की एखादा अनुभव साक्षात्कारासारखा स्फुरतो आणि त्या आवेगाच्या लोटाबरोबर तो लिहिला जातो. याचा अर्थ लेखनाच्या त्या क्षणाला मी अनुभवस्थिती कवीला तीव्रतेने जाणवत असते आणि लगोलग शब्दांकित होत असते. हाच तो दिव्य स्फूर्तीचा क्षण. कधी कधी एखाद्या भावस्थितीतून जाताना अगदी त्याच वेळी ती स्थिती व्यक्त करणारी कविता लिहिली जात असते. पण स्वप्नातील अनुभवांसंबंधी असे घडण्याची सुतराम शक्यता नाही. स्वप्न मात्र पडून जाते, मग तुम्ही जागे होता आणि त्यानंतर लागलीच किंवा जमेल तेव्हा केव्हातरी त्या स्वप्नासंबंधी लिहिता, तेही स्मरणशक्तीवर भिस्त ठेवून, म्हणजेच तुम्ही लिहिता ते तो अनुभव थंड झाल्यावर. या

प्रक्रियेत मूळ अनुभव नक्कीच बदलत असणार, सुधारलाही जात असणार, यात त्याची तीव्रता उणावत असणार, त्यातले अनेक तपशील गळून जात असणार. अगोदरचे ते स्वप्न म्हणजे मानसिक पातळीवरची अल्पकाळात धूसरपणे दिसून गेलेली चंचल घटना! आणि ती अशी थंड झाल्यावर आठवून आठवून लिहायची हे सारे कृत्रिम स्वरूपाचे नाही का? ही जुळवाजुळव नाही का? यात मूळ घटनेशी प्रतारणाच घडते, तिच्यात असत्य शिरते, असे वाटत नाही का? प्रत्यक्षात येणाऱ्या अनुभवापेक्षा या अनुभवाची पातळी दुय्यम स्वरूपाची नाही का?

स्वप्नातील घटना लगोलग लिहिली जात नाही हे खरे आहे. पण एरव्हीची प्रत्येक कविता अशी लगोलग लिहिली जात असते असे म्हणता येणार नाही. एखादी कविता साक्षात्कारासारखी स्फुरते आणि शब्दांकित होत जाते तेव्हा तो अनुभव त्या क्षणांचा नसतो. कधीतरी घेतलेला अनुभव, वा अनेक अनुभवांचा परिपाकही, मानसिक संस्कार होऊन आणि काव्यरूपात परिणत होऊन प्रकट होत असतो. आता ती नवनिर्मिती असते आणि तिचे नवनवोन्मेषशाली रूप स्वत: कवीलाही चकित करत असते.

स्वप्नातील घटना नंतर आठवून लिहिली जाते हे तसे खरे आहे. पण ते नुसते साधेसुधे स्मरण असते का? जे काहीतरी तीव्रतेने जाणवले, ते मौलिक आहे हे जाणून, त्याच्याशी एकरूप होऊन, शब्दांकित करण्याचे ते सर्जनात्मक कार्य असते. ते नुसते 'आठवणे' नसते. स्वप्नातील घटनेने कविमन झपाटून निघालेले असते ही घटना अगदी अकल्पितपणे घडलेली असल्याने आणि ती अघटित स्वरूपाची असल्याने मनावर तिचा जबरदस्त पगडा उमटलेला असतो. अविस्मरणीय असा खोल ठसाही उमटलेला असतो. हे सारे जिवंतपण उभे करण्यात कवीला स्वारस्य असते. ते एक आव्हानही असते. अशी परिस्थिती असल्यावर स्वप्नातील भावस्थितीची तीव्रता कमी होण्याचा संभवच उरत नाही. तिला थंडपणा येत नाही.

स्वप्नातील भावानुभव असा उभा करण्यासाठी कवीजवळ तल्लख स्मरणशक्ती असावीच लागते. अनुभवाची तीव्रता कशी टिकवायची याचे कसबही त्याच्याजवळ हवेच. यात कृत्रिमपण शिरणार नाही याचीही काळजी घ्यावी लागते आणि लयी, छंद आदी बाबी तर आपले

बोलणे-चालणे या क्रियांसारख्या अंगभूत होऊन त्याच्याजवळ असाव्या लागतात. हे सारे असूनही एखादा अनुभव थोडासा बदलतो, बदलू शकतो. पण ती त्याची सौंदर्यात्मक गरज असल्याने तसे होते. काही गळते, गाळावे लागते, काही भर पडते– ती सौंदर्यदृष्ट्या अवश्य ठरते. आणि हे काव्यक्षेत्रातल्या सर्व अनुभवांना लागू आहे. काही तपशील गळतात याचे कारण शब्दांना ते लिंपून घेताच येत नाहीत. शब्द अपुरे पडतात. शेवटी कवीचे सामर्थ्य आणि सिद्धता या गोष्टी महत्त्वाच्या ठरतात. मग तो अनुभव प्रत्यक्षातला असो वा स्वप्नातला वा असातसाच, कल्पनेने सुचलेला. प्रत्येक कवीची लिहिण्याची रीत वेगवेगळी असू शकते. कविता कशीही लिहा, मात्र तिचे व्यक्त रूप टवटवीत आणि अव्यंग सुंदर असावयास हवे. ती वेलीवर फुललेल्या सुंदर फुलाइतकी नैसर्गिक असावयास हवी. हीच अट त्या स्वप्नातल्या अनुभवांनाही कवितारूप धारण करताना पाळावी लागते. ते अनुभव स्वप्नातले आहेत या भांडवलावर त्यांना टिकून राहाता येणार नाही. स्वप्नाच्या पातळीवर वेगळेपणाने घडलेला, जाणवलेला अनुभव हे तर त्यात हवेच शिवाय कलादृष्ट्या आवश्यक ती गुणवत्ताही त्यात हवी.

या कविता लिहिताना मी माझ्या स्वप्नांत काही बदल, काही फेरफार केले आहेत का? प्रामाणिकपणे सांगायचे तर एक-दोन अपवाद सोडता, 'नाही'. अनेकदा स्वप्न शब्दांत मांडताना सारा तपशील वेचता न आल्याने घटनेला थोडा आटोपशीरपणा येत असावा. तसेच स्वप्न वृत्तात गुंफताना निर्माण होणारा पेच कुशलतनेने सोडवावा लागतो. स्वप्नाचा गाभा जपावा लागतो. माझी काही स्वप्ने सत्यकथेत 'स्वप्ने' या शीर्षकाखाली प्रसिद्ध झाली होती. आणि ती 'कथा' या विभागात समाविष्ट केली होती. त्यातल्या 'एक अनुभव... स्वप्नातला' या स्वप्नाचा काही खोल अर्थ मला नंतर जाणवून आणि त्या दिशेने काही शब्दांची भर घालून कवितारूपाने तो अनुभव मी प्रसिद्ध केला होता. नंतर ती कविता 'कालस्वर' मध्ये समाविष्ट झाली. दुसरा बदल म्हणजे एका छोट्या *(या लेखात प्रारंभी उल्लेखलेल्या)* स्वप्नाला मी काही ओळींची जोड दिली. 'कावळा चोचीने चंद्रकोर ओढतो आहे' ही त्या स्वप्नातील घटना. काय या स्वप्नाचा अर्थ? ही घटना अजबच! पण स्वप्न तर अर्धेमुर्धेच पडलेले. शेवटी त्याचा रोख बदलून आणि त्याला दोन

ओळींची जोड देऊन मी ते पूर्ण केले, ते असे—

तिला एक विचित्र स्वप्न पडले :
'एक कावळा घराच्या छपरावर बसून
चोचीने चंद्रकोर खाली ओढतो आहे!
'काय या स्वप्नाचा अर्थ?'

तिला काहीच बोध होईना
मनाची अस्वस्थताही संपेना
शेवटी तिने आपल्या वयात आलेल्या मुलीला
पाटावर बसवले आणि 'इडा पिडा टळो' म्हणत
तिची दृष्ट काढून टाकली!

'स्वप्नातल्या कविता'च्या संबंधात येथे आणखी एक प्रश्न विचारता येईल आणि त्याबरोबरच एक आक्षेपही उभा करता येईल.

या कवितांच्या बाबतीत असे काय वेगळे आहे आणि असे काय मौलिक आहे, की वास्तवातल्या अनुभवांसारखी किंमत त्यांना द्यावी? बोलून चालून हा झोपेतला कल्पनेचा खेळ नाही का? तसंच ही एक 'टूम' नाही का?

बारकाईने पाहिले तर असे दिसेल की, अशा अनुभवांचा वास्तवाशी संबंध जरूर असतो. मागे उल्लेखलेले दयाळपक्षी, छपरावरील कावळा, चंद्रकोर, प्रसवासन्न गाय, वाघ, कमळ आणि पानावरचा दवबिंदू हे सारे वास्तवसृष्टीमधलेच आहेत. ते तसे आहेत म्हणून तर मला त्यांचा आणि त्यांच्याशी निगडित असलेल्या घटनांचा बोध होतो, तो अनुभव मला कळतो. तसेच त्या त्या अनुभवानुसार माझ्या भावनाही उत्कटपणे जाग्या होतात. हे सारे अनुभव माझ्या जगण्याचेच घटक आहेत. अनुभव म्हणून त्यांना मान्यता दिलीच पाहिजे असे म्हणता येईल. यात कल्पनेचा खेळ जरूर आहे पण यासाठी लेखनक्षेत्रातून त्यांना बाद करता येणार नाही. यातले जे अनुभव हृद्य वाटतील त्यांना दाद दिलीच पाहिजे. कल्पनेचे चित्रविचित्र खेळ एरवी आपल्या मनात अखंड होतच असतात आणि त्याद्वारे नवीन काही सुचले तर ते आपणास आवडतही

असते. तसे नसते तर परीकथा, अद्‌भुतरम्य कथा पुन्हा पुन्हा निर्माण झाल्याच नसत्या आणि गाजल्या नसत्या. मग कदाचित अद्‌भुत रसालाही नवरसात स्थान मिळाले नसते. स्वप्नातला अनुभव हा स्वप्नपातळीवरला अनुभव असला तरी आणि ती घटना वास्तवात घडत नसली तरी स्वप्नात मात्र त्या क्षणी ती खरी असते. आणि तिचे सुख-दु:खात्मक असे तीव्र परिणाम माझ्या मनावर होत असतात. त्यांनी माझे भावविश्व ढवळून निघत असते. दुसरे असे की, हा कल्पनेचा खेळ असला तरी मनाच्या, अंतर्मनाच्या, एका पातळीवर तो एक अनुभवच असतो आणि तो माझ्या स्वभावाशी माझ्या व्यक्तिमत्त्वाशी कोठेतरी सूक्ष्मपणे बांधलेलाही असतो. तो अनुभव म्हणजे माझ्या मलाच अबोध राहिलेल्या व्यक्तिमत्त्वाचे एक प्रकट रूप असते. हा एक प्रकारचा आत्माविष्कारच असतो. स्वप्न हा मनाच्या आविष्काराचाच एक भाग असल्याने मानसशास्त्र त्यात विशेष रस घेताना दिसते.

स्वप्नानुभवांचे एक वेगळेपण आणि सामर्थ्यही असे की, त्यात एक मुक्तपणा असतो. माझे वास्तवातले जीवन हे भौतिक सृष्टीच्या नियमांनी बद्ध आहे, निसर्गनियमांनी बद्ध आहे. त्याला स्थलकालाच्या मर्यादा आहेत. तसेच त्याला सामाजिक नियमांची, रीतिरिवाजांची बंधने घेरून असतात. माणसाच्या जीवनात विविध प्रकारच्या भावनांचा भाग मोठा आहे आणि त्या भावनांच्या आविष्कारालाही नीतिबंधने, औचित्याची बंधने पाळावी लागतात. प्रेमप्रणयाच्या मुक्त आविष्काराला एकांत आणि रात्र सोयीची वाटतात आणि प्रिय व्यक्तीच्या निधनाचे दु:ख प्रकट होत असताना तोंडाशी हातरूमाल धरावासा वाटतो हे या बंधनांमुळेच घडते. स्वप्नातले अनुभव हे या वास्तव जगाशी, त्यातील जीवनाशी सूक्ष्म, अदृश्य अशा नात्याने निगडित असले तरी त्या वास्तवाला आणि औचित्यादी सामाजिक बंधनांना, नियमांना, मर्यादांना उल्लंघून जाण्याची शक्ती या स्वप्नानुभवात असते. या अनुभवात कल्पनाशक्तीचा विलास तर असा असतो की अंतर्मनाने केलेली ती विस्मयकारक अशी नवनिर्मितीच असते. ते एक प्रकारचे नावीन्यपूर्ण, नाट्यपूर्ण असे सर्जनच असते. एक अट– तो अनुभव सौंदर्यानुभव असावा. परिपूर्ण हवा आणि त्याच्याशी एकजीव असलेली भावस्थिती त्यात असावी. त्याला भावानुभवाचे रूप असावे.

या संदर्भात एका स्वप्नाचा मुद्दाम उल्लेख करतो. त्यात काही नावीन्य, नाट्य, परिपूर्ण आकार, व्यावहारिक मर्यादा उल्लंघून जाण्याची शक्ती आणि हृद्य भावप्रत्यय हे आहेत की नाहीत हे वाचकांनीच ठरवावे.

हे स्वप्न पाहिले ते रात्रीच्या झोपेत पण ते स्वप्न घडते ते भाजून काढणाऱ्या तप्त उन्हात. त्या उन्हात भाजून निघणारे विस्तीर्ण आणि त्यावर एकही झाडझुडुप नसलेले असे उजाड पठार आहे. माझी वृद्ध आई उकिडवी बसून खुरडत खुरडत धुळीतून सरकत सरकत चाललेली आहे. चिमणीच्या पंखांच्या धुळकट रंगाचे लुगडे नेसलेली अशी ती आहे. काहीशा नाराजीने ती घर सोडून निघाली आहे असे मला जाणवते. माझ्या आसपास पेटलेल्या ज्वाळांचा भडका आहे. मी त्यातून उडी घेऊन आईजवळ जातो आणि विचारतो, 'कुठे निघालीस अशा उन्हात काहीच न सांगता?' मलूल चेहऱ्याने तिचे त्रोटक उत्तर, 'देवाला!' मी विचारले, 'कुठला देव? इथे तर काही नाही. कुठे निघालीस?' तिने हळूहळू मान वळवून एका दिशेला लांब पाहिले तर जमिनीतून कळस वर येत येत एक उंचच उंच देवालय वर आले आणि स्थिरावले. आई म्हणाली, 'त्या तिकडे!' मला ते मानवले नाही. मी म्हणालो, 'ते काही नाही. घरी चल. मी तुला घरी नेणार. तू स्वत: येत नसशील तर तुला पाठकुळी घालून उचलून मी नेणार!' ती क्षीण आवाजात म्हणाली, 'केवढं ओझं शरीराचं. अरे बाबा, मी म्हातारी. माझी हाडं तुला टोचतील!' मी म्हटलं, 'टोचू दे. तरी मी तुला घरी नेणार.' आणि मी तिला उचलण्यासाठी तिचा दंड धरताच ती लगबगीने म्हणाली, 'थांब, थांब, जरा थांब.' आणि मी दंड सोडताच तिची एक चिमणी होऊन भुर्रकन् उडून माझ्या खांद्यावर बसली. आणि म्हणाली, 'हं. चल, येते मी!'

या स्वप्नातले सारे घटक आई, मुलगा, पठार, देऊळ, चिमणी, बोलण्याची भाषा, शिवाय जे घडले आहे त्या क्रिया, हे सारे वास्तवसृष्टीतले आहेत. आपल्या माहितीचे आहेत. पण सारा अनुभव मला तरी स्तिमित करून गेला आहे. जमिनीतून वर येणाऱ्या देवळातून आईच्या भक्तीची शक्ती व्यक्त होत असली आणि मुलाला आपल्या शरीराचे ओझे होऊ नये म्हणून आईची हलकीशी चिमणी झाली यातून तिचे वात्सल्य प्रकट होत असले तरी या घटना वास्तवसृष्टीच्या नियमात न बसणाऱ्या, अद्भुत कोटीतल्या ठराव्यात अशा आणि नावीन्यपूर्ण आहेत. ही मला

माझ्या मनाने निर्माण केलेली नवनिर्मिती वाटते. तसेच ही एकूण घटना कलादृष्ट्या मला मोलाची वाटते. अशा अनुभवांना 'टूम' म्हणून त्यांची वासलात लावता येणार नाही. ही घटना कथा आहे की कविता असा प्रश्न येथे उपस्थित करता येईल. याचा निर्णय त्या घटनेचे रूप आणि एकंदर कल ओळखून स्वप्नानुभव शब्दांकित करणाऱ्या लेखक-व्यक्तीने करायचा. मी वरील घटना कवितारूपात प्रकट केलेली आहे.

स्वप्नात जो चमत्कारिकपणा आहे त्याचा एक भाग म्हणजे अनेकदा वस्तूंची, व्यक्तींची रूपे नेहमीपेक्षा थोडी वेगळी होऊन येतात. कधी पाच फूट उंचीचे माणूस दहा फूट उंचीचे होऊन दिसते. कधी एक बलदंड व्यक्ती एका टांगेत डोंगर ओलांडून येताना दिसते तर कधी माणसे वयाने प्रौढ पण बोलणे-चालणे, वर्तन यात अगदी बाल या स्वरूपात दिसतात. माणसे अशी वेगळ्या आकारात दिसणे याला काही अर्थ असतो असे वाटते. अनेकदा स्वप्नातल्या घटना या त्यांच्या खास पद्धतीने घडतात. त्या अगदी पटपट बदलणाऱ्या असतात. एका क्रियेचे पुढचे वळण अगदी नवे आणि मनाला थक्क करून टाकणारे असते. उदाहरण म्हणून एका स्वप्नाचा उल्लेख येथे करता येईल. स्वप्न आईच्या संबंधातलेच आहे. स्वप्नातले वातावरण फिकट निळसर झाक असलेल्या चांदण्याचे आहे. आईची सडसडीत पण उंचच उंच आकृती दिसते. प्रत्यक्षात तिची उंची पाच फूट एक इंच एवढीच होती. स्वप्नात मात्र ती सुमारे आठ फूट उंचीची दिसते. तिने दोन्ही हात उभे वर केलेले आहेत त्यामुळे ती अधिकच उंच दिसते. तिने दोन्ही हातात धरलेली देवचाफ्याच्या फुलांची माळ आहे. ती माळ अशी आहे की तिचे दोन्ही पदर हातांपासून पायांपर्यंत येऊन लोंबत आहेत– (दृश्य बदलते). हात तसेच उभे धरून आई चांदण्यात अधांतरी पावले टाकीत चालत जाते आणि नम्रतेने लवून पृथ्वीच्या गळ्यात ती माळ घालते आणि पृथ्वीला नमस्कार करण्यासाठी हात जोडून ओणवी होते. (दृश्य बदलते) तेवढ्यात पटकन आईचीच एक शुभ्र माळ होते. आता पृथ्वीवर मला दवात भिजलेल्या दोन अर्ध गोलाकार शुभ्र माळा दिसतात आणि या साऱ्या घटनेचा अर्थ ध्यानात येऊन माझ्या डोळ्यांतून अश्रू गळतात. मी जागा होऊन थोडा वेळ सुन्न होऊन बसलो आणि नंतर कागद पेन्सिल घेऊन भराभरा लिहित गेलो–

आई दिसली दिसली
उभी उंच सरस्वती
देवळातल्या चाफ्याची
उंच माळ तिच्या हाती

हात वरी धरलेले
तरी माळ रुळे पायी
अधांतरी चांदण्यात
तशी चालत ती जाई

तिने लवून पृथ्वीच्या
माळ गळ्यात घातली
नमस्कारा ती वाकता
तिची शुभ्र माळ झाली

धरित्रीच्या अंकावर
माझी टिपे ओघळली
माय दिसली दिसली
माळ दवात न्हालेली!

या स्वप्नाचा अर्थ स्पष्ट आहे. थकलेल्या आईच्या निधनाची धास्ती माझ्या मनाच्या तळाशी कोठेतरी असावी. रोज कोठल्या ना कोठल्या तरी फुलांची सुबक माळ गुंफून देवाच्या तसबिरीला घालण्याचा तिचा परिपाठ होता. तिने माझ्या बालपणापासून मला जी शिकवणूक दिली तिची मला कृतज्ञ जाण होती. अशा अनेक घटनांच्या संस्कारातून माझ्या मनाने या स्वप्नाची, या काव्यानुभवाची निर्मिती केली असावी.

आईसंबंधीच्या आदरभक्तीतूनच माझ्या मनाने तिला उंचच उंच सरस्वतीचे स्वरूप दिले असावे. बदललेल्या आकाराचा असा काही अर्थ लावता येतो.

या स्वप्नासंबंधीचे काही विवेचन मी करू शकलो. पण काही वेळा स्वप्नाच्या एखाद्या भागाचा अर्थच लागत नाही. संपूर्ण स्वप्नही मनाला अर्थदृष्ट्या झुलवीत ठेवते.

माझे असेही एक स्वप्न आहे. स्वप्न भव्य आणि सुंदर आहे. शब्दांच्या आधारे मी त्या भव्यतेच्या आणि सौंदर्याच्या उंबऱ्यापर्यंतही पोचू शकत नाही याची मला कल्पना आहे. त्या स्वप्नात उत्तुंग डोंगरांमधल्या एका घाटातून तिन्हीसांजेच्या वेळी जात असताना आणि नुकत्याच बरसून गेलेल्या पावसाची ओल रस्त्यावर चकाकत असताना एक वळण घेऊन अंधाऱ्या उतारावरील पायऱ्यावरून खाली दरीत मी उतरतो आणि जरा समोर पूर्वेकडील असीम आभाळाकडे पाहतो; तो ते असंख्य चिमुकचांदण्यांनी आणि प्रकाशपरागांनी उजळत चाललेले दिसते. पूर्वेकडून उत्तरेकडे पसरलेल्या उंच डोंगरांच्या रांगा चांदण्याच्या प्रकाशकणांनी उजळू लागतात. त्या डोंगरांच्या पायथ्यापासून आभाळमध्यापर्यंतचा सारा अवकाश शुभ्र तारकांच्या गहन चमचम-अरण्यांनी दाटलेला असतो. त्यातच जिवंत धुक्याच्या वलयांची भर पडलेली असते. आणि याच वातावरणात पूर्वेच्या डोंगराआडून हळूहळू उगवत असतो एक स्त्रीचा सुंदर हात. विशाल मनगटावर नक्षत्रांच्या लखलखत्या बांगड्या आणि पंजाच्या अंगठ्याजवळ तर्जनी आणि इतर बोटे वळवून झालेल्या मुठीत धरलेली देखणी गुच्छदार फुले. डाव्या बाजूची फुले कमळासारखी लाल आणि उजवीकडची शुभ्र. फुलांचे लांबसडक गोल देठ मनगटावरून खालपर्यंत उतरलेले. 'आहाहा!' असा एक उद्‌गार माझ्या मुखातून सहर्ष निघाला. मी पाहिले आणि पाहातच राहिलो. मनास जाणवले, 'ओळखीचा हात. हे एक नवे नक्षत्रच उगवले आहे' माझे सर्वस्वच दृष्टी होऊन ते दृश्य पाहत होते. त्यातच एक बदामी रंगाचे हरीण उजव्या बाजूच्या कड्यावरून डाव्या बाजूच्या डोंगरकड्यावर तडक उडी घेत होते. त्याच्या उडीत असा आत्मविश्वास जाणवला की उडी पलीकडे पोचलीच आहे. हळूहळू पहाट होत जाते तेव्हा दवात दव मिसळून त्याला चंचलता यावी, तद्वत् तारकात तारका विरघळत डोंगरावरून पाऱ्यासारख्या तेजाच्या असंख्य वाहिन्या झरू लागतात. माझ्या अंगातूनही. मन शांत, निवांत होते. शीतलतेने सुखावते.

किती मनोहर दृश्य. किती अघटित. अनेक वाचकांना ही कविता आवडली. दुर्गा भागवतांनी 'कालस्वर' या कवितासंग्रहाचे परीक्षण करताना लिहिले आहे, "वैद्यांना आकाशातले अनामिक सौंदर्य वेगळाच स्वप्नदर्शी अनुभव देते. नक्षत्रलोकात त्यांना सुकुमार हात दिसतो. नियतीचे आवाहन भरलेला

हा गूढ हात अविस्मरणीय आहे.'' *(सत्यकथा, फेब्रुवारी १९७३)*

मी मात्र या स्वप्नाचा अर्थ अजून शोधतोच आहे. हे स्वप्न काय सुचवते? त्या तेजाच्या विश्वात या बदामी किंवा त्वचेच्या रंगाच्या हरणाचे आगमन कशासाठी? त्याची ती वेगवान 'तडक उडी' कशासाठी? 'तडक' हा शब्द येथे का सुचला? हे विश्वचैतन्यशक्तीचे सगुण दर्शन की पुरुषाच्या निर्माणक शक्तीचे उत्सर्जन? मन पुन्हा पुन्हा असा विचार करत राहते आणि ते दृश्य तसेच पुन्हा पुन्हा डोळ्यांसमोर येत राहते. घटनेचे गूढ कायम राहते.

एकदा असे घडले की बोटे मिटून एखादा कीटक घट्ट मुठीत आवळून धरावा त्याप्रमाणे साऱ्या दिशांच्या पोलादी पाकळ्या आवळत आल्या. त्यांच्या मुठीत मी सापडलो होतो. जीव गुदमरून कासावीस होत होता तरी मी म्हणत होतो 'आहे अजून माझे मन'.... जाणिवा तुटत होत्या, मधे कालावकाश जात होता तरी अनुभव पुन्हा जोडला जात होता. नंतर दृश्य बदलते. आता कळते–

लाटावर लाटा भरती वाढत चाललेली
या सागरतळाशी मी
गुडुप अंधारात
पाण्याचा क्रूर पर्वत माझ्यावर लोळणारा

येथे जाणीव तुटते– पुन्हा जोडली जाते. मी दडपला जात असतानाही म्हणत असतो–

अजून मन जागे आहे
आहे माझे मन

जाणिवा तुटतात. पण पाण्याने माझा हात अस्ताव्यस्त हलत असतो. मी म्हणतो–

हात हलतो आहे तर लिहून ठेवावे
बोटाने या अंधार पाण्यावर
...मन!

तीच कविता डोळ्यांसमोर ठेवून स्वप्नांतल्या कवितांसंबंधी मी हे लिहिले आहे.

छोट्यांच्या स्वप्नांत

डॉ. सुभाष देवढे पाटील

छोट्या अनुष्कला अचानक जाग आली. त्याला दरदरून घाम फुटला होता. स्वप्नात एक हिरवागार राक्षस त्याचा पाठलाग करीत होता. राक्षसाचे डोळे लालभडक आणि नखे लांब वाढलेली होती. तो अनुष्कला धरणार, एवढ्यात अनुष्कला जाग आली. तो राक्षस कॉटच्या खाली लपला असेल तर? या कल्पनेने अनुष्कला आणखीनच भीती वाटायला लागली. 'आई, आई' त्याने जोरात ओरडायला सुरुवात केली. आईला जाग आल्याबरोबर तिने अनुष्कला जवळ घेतले, कुरवाळले. "बाळा, तुला स्वप्न पडले असेल. घाबरू नकोस. मी जवळच आहे." आईने थोपटताच अनुष्क पुन्हा गाढ झोपेच्या अधीन झाला होता.

मोठे असोत की छोटे, हा अनुभव कुणालाच नवीन नाही. स्वप्ने सर्वांनाच पडतात, म्हणूनच ती सर्वव्यापी आहेत. शाश्वत आहेत. विज्ञानालाही नेहमीच कोड्यात टाकणाऱ्या स्वप्नांना आयुष्यात आरंभ होतो तरी कधी? या प्रश्नाचे उत्तर अनपेक्षित आहे. स्वप्नांचा जन्म होतो आपल्या जन्माआधी, गर्भावस्थेत असताना. संस्कार, शिकवण, स्वप्न या सर्वांचीच सुरुवात जन्माआधीची, प्रगत जगाचे आधुनिक संशोधन जेव्हा अशा निरीक्षणांवर शिक्कामोर्तब करते, तेव्हा 'अभिमन्यू' हे वास्तव ठरते. चक्रव्यूह भेदण्याचा मार्ग अभिमन्यूने आत्मसात केला होता आईच्या उदरातच.

विज्ञानाने स्वप्नांचा सखोल अभ्यास करण्याचा प्रयत्न केला आहे. स्वप्नांचा शास्त्रीय इतिहास मानवाच्या अस्तित्वापासूनचा आहे. अनेक प्राचीन संस्कृतीत त्याचे स्पष्ट संकेत आढळतात. त्यावरचे ॲरिस्टॉटलचे भाष्यदेखील ऐतिहासिक आहे. नंतरच्या काळात १९०० सालापासून सिगमंड फ्रॉईडने सुरू

केलेला संशोधनप्रवास आजही अव्याहतपणे सुरू आहे. १९९३ पर्यंत फ्रॉईडची मते सर्वसाधारपणे ग्राह्य मानली गेली. तिथून पुढे मात्र वेगवेगळ्या शास्त्रज्ञांनी ही मते खोडून काढण्याचा प्रयत्न केला. झोपेत बालकांच्या डोळ्यांच्या जलद हालचाली होतात, असे शास्त्रज्ञांना आढळले. हा काळ स्वप्नांशी जुळतो या सिद्धांतापायी त्यावर बराच काळ संशोधन झाले. पुढे हे निरीक्षणही पूर्ण वास्तव नसल्याचे नमूद करण्यात आले. स्वप्नांच्या विविध पैलूंच्या शास्त्रीय पाहण्यांमध्ये तज्ज्ञांमध्ये जेवढी मतभिन्नता आहे, तेवढी क्वचितच दुसऱ्या वैद्यकीय विषयाबाबत असेल. त्यांचे विश्लेषण आणि निष्कर्षही एवढे क्लिष्ट आहेत की, स्वप्नांसारख्या तरल विषयाला त्या रुक्ष चौकटीत बांधणे नकोसे होते.

सर्वसाधारणपणे आपल्या मनाचे दोन प्रकार आहेत. जागेपणी आपल्याला जाणवते ते 'जागृत मन' (Conscious mind) झोपेत कार्यान्वित होते आणि आपल्या नियंत्रणात नसते, ते 'सुप्त मन' (Subconscious mind). स्वप्न हा सुप्त मनाचा आविष्कार आहे. रोजच्या आयुष्यातले वेगवेगळे अनुभव बालकाच्या स्मरणात वेगवेगळ्या सूचनांच्या स्वरूपात साठविले जातात. यापैकी जे अनुभव त्याच्या आकलनशक्तीच्या आवाक्यात असतात, त्यावर त्याला पुरेसे नियंत्रण ठेवता येते. पण ज्या अनुभूती त्याच्या समजशक्तीच्या परिघाबाहेर आहेत, त्याविषयी संभ्रमित सूचना त्याच्या सुप्त मनात साठवल्या जातात. बालकाचे अनुभवविश्व मर्यादित असते. त्यामुळे अशा अनुभूती व्यक्त करणारी साधनेही त्याच्याकडे तुटपुंज्या प्रमाणात असतात. दुसऱ्या टोकाला अनेकविध घटना, प्रसंग यांचा भडिमार त्याच्या बालमनावर सातत्याने होत असतो. आपल्यापरीने त्यांचे पृथ:करण करण्याचा व निष्कर्ष काढण्याचा त्याचा प्रयत्न असतो. प्रत्येकवेळी त्याला उत्तर सापडेलच असे नाही. त्याच्या नैराश्यावस्थेत भर पडते ती या वयातल्या त्याच्या शब्द व भाषेच्या मर्यादेची. शब्द व भाषा त्याला जितक्या व्यक्त करता येतात त्यापेक्षा कितीतरी पट अधिक समजतात. या तफावतीतून त्याच्या भावना व्यक्त करण्यावर मर्यादा येतात. हे नैराश्य त्याला योग्यप्रकारे व्यक्तही करता येत नाही आणि नाकारताही येत नाही. म्हणूनच जागेपणी ज्या घटना त्याला अव्यक्त, अनाकलनीय, दडपणाच्या वाटतात; त्या भीतिदायक स्वप्नात रूपांतरित होतात.

पाचवीत जाणाऱ्या साक्षीला आठवड्यातून एकदा तरी भीतिदायक स्वप्न पडायचे. चिंतित आईने जेव्हा साक्षीला तज्ज्ञांकडे आणले; तेव्हा तज्ज्ञांच्या लक्षात एक बाब आली. साक्षीच्या सगळ्या स्वप्नांमध्ये एका आक्राळविक्राळ प्राण्याचा समावेश असायचा. कौटुंबिक इतिहास बारकाईने तपासल्यावर साक्षीच्या वडिलांना दारूचे व्यसन असल्याचे तज्ज्ञांच्या ध्यानात आले. त्यापोटी होणारी आई-वडिलांची भांडणे, वडिलांचा आक्रस्ताळेपणा, प्रसंगी मारहाण साक्षीच्या अनुभवात होत्या. या सर्व घटना तिच्या मानसिक पातळीवर अनुत्तरित होत्या. वडिलांचे हे विकृत, हिंस्र रूप साक्षीच्या स्वप्नात प्राण्यात रूपांतरित व्हायचे. हा प्रकार तिच्या सुप्त मनात कायमचा कोरला गेला. म्हणूनच त्याचे रूपांतर वारंवार पडणाऱ्या एकाच पठडीतल्या स्वप्नात झाले.

बालकांच्या स्वप्नात प्रामुख्याने पालकांचा व ओळखीच्या व्यक्तींचा समावेश असतो. वाढत्या वयाबरोबर त्यात अनोळखी चेहऱ्यांचा समावेश व्हायला लागतो. प्राणी, पक्षी, निसर्ग, खेळणी, शस्त्रे, कार्टून्स, वाहतुकीची साधने अशा गोष्टींचा ठळक समावेश छोट्यांच्या स्वप्नात असतो. सुरुवातीच्या वर्षामध्ये मुला-मुलींच्या स्वप्नात फारसा भेद नसतो, पण वाढत्या वयाबरोबर मुलांची स्वप्ने अधिक आक्रमक, शारीरिक पातळीवरची, शस्त्रावजारे असणारी; तर मुलींची निसर्ग, मित्रता, हळवेपणा अशा मानसिक धाटणीची असतात.

वाढत्या वयाबरोबर दुसऱ्या लिंगाविषयीच्या आकर्षणाचा समावेश स्वप्नात होतो. या वयातील स्वप्नांमध्ये भिन्न लिंगाच्या व्यक्तिमत्त्वांचा वावर वाढायला लागतो. शरीराकर्षणाची स्वप्ने व त्या अनुषंगाने घडणाऱ्या शरीरक्रिया त्यांना संभ्रमित करायला लागतात. त्यातच मुलांमध्ये नैसर्गिकरित्या घडून येणाऱ्या स्वप्नदोषांमुळे त्यांच्या मनात अपराधिक भावना निर्माण व्हायला लागते. अशा बदलत्या शारीरिक व मानसिक बदलांची योग्य व पुरेशी शास्त्रीय माहिती जर त्यांना प्राप्त झाली नाही, तर चुकीचे निष्कर्ष त्यांच्या मनात घट्ट बसतात. त्यातूनच न्यूनगंड, एकलकोंडेपणा आणि पराकोटीच्या दडपणाने आत्महत्येसारखे प्रकार घडतात. दुर्दैवाने अशी शक्यता पालकांच्या ध्यानीमनी नसते. योग्य वयात योग्य लैंगिक शिक्षण व भावना व्यक्त करता येणाऱ्या माध्यमांची गरज अपरिहार्य वाटते ती यामुळेच.

पौंगडावस्थेत अनपेक्षित घटना किती दडपणाची ठरू शकते, याचे एक अत्यंत समर्पक उदाहरण वैद्यकशास्त्राच्या क्रमिक पुस्तकात दिले आहे. वैद्यकीय अभ्यासक्रमाच्या प्रथम वर्षाच्या विद्यार्थ्यांना शिक्षक वृषण आणि अंडकोशांची रचना समजावून सांगत होते. जन्मापूर्वी अंडकोशांचे स्थान पोटात असते. जन्माच्यावेळी अंडकोश खाली सरकत वृषणात येतात व तिथेच स्थिरावतात. काही कारणांनी नैसर्गिकरित्या ही क्रिया घडली नाही, तर शस्त्रक्रियेद्वारे कमी वयातच ती पूर्ण करावी लागते. त्यासाठी उशीर केला तर अंडकोश कायमचे निकामी होऊ शकतात. या व्याख्यानाला उपस्थित असणाऱ्या एक सतरा वर्षीय विद्यार्थ्याने दुसऱ्या दिवशी आत्महत्या केली. ही अनपेक्षित घटना सर्वांनाच हादरवून गेली. शवविच्छेदनाच्यावेळी त्याचे दोन्ही अंडकोश पोटातच असल्याचे लक्षात आले. आपल्यात आयुष्यभर लैंगिक दोष राहणार, या भीती आणि अर्धवट ज्ञानापोटी त्याने स्वतःचा जीव दिला होता. सर्वाधिक दुर्दैव म्हणजे त्याचे दोन्ही अंडकोश पूर्णतः कार्यान्वित होते आणि एका छोट्या शस्त्रक्रियेनंतर तो सर्वसामान्य आयुष्य जगू शकला असता. समस्या व्यक्त करण्याचे सक्षम माध्यम त्याक्षणी उपलब्ध असते, तर एक जीव वाचला असता; ही खंत हा किस्सा वाचणाऱ्या प्रत्येकालाच लागते.

शास्त्रीय पाहण्यांच्या निष्कर्षात छोट्यांना पडणाऱ्या स्वप्नात भीतिदायक स्वप्ने सत्तर टक्के तर चांगली, आनंदी स्वप्ने तीस टक्के अशी सर्वसाधारण विभागणी आढळते. वाईट स्वप्नांमध्ये बहुधा पाठलाग, हल्ला, मारामारी, अनामिक भीती, ताटातूट अशा विषयांचा समावेश असतो. हल्ली कुटुंबपद्धती विभक्त होत आहे. कामकाजाचा आणि समाजजीवनाचा एकूणच वेग वाढला आहे. अधिकाधिक संख्येने स्त्रियाही उंबरठ्याबाहेर कार्यरत झाल्या आहेत. पाळणाघरांची संस्कृती फोफावते आहे. पण आईला पर्याय असूच शकत नाही. पाळणाघर ही अपरिहार्यता आहे. कामकरी महिला 'आम्ही अपत्यांना गृहिणीपेक्षा कमी वेळ देत असू, पण तो अधिक गुणवत्तेचा असतो' असा युक्तिवाद करतात. पण सहवासाची गरज व गोडी केवळ गुणवत्तेवरच नव्हे तर तो किती काळ लाभतो, यावरही अवलंबून असतो हे विसरता कामा नये. सारांश, छोट्यांना मिळणारा पालकांचा सहवास दुर्मिळ होत चालला आहे.

मध्यमवर्गीयांत अपत्यसंख्या एक अथवा दोनवर आली आहे. शेजारधर्माचे अस्तित्वही दिवसेंदिवस पुसट होत आहे. साहजिकच बालकासाठी समवयस्कांचा सहवासही दुरापास्त होतो आहे. एकूणच त्यांची मनोवस्था एकलकोंडी होण्यासाठी या सर्व बाबी पोषक आहेत. ताटातुटीच्या भयगंडाच्या स्वप्नाचा जन्म होतो, तो अशाच पार्श्वभूमीतून.

सात वर्षाच्या रोहितच्या स्वप्नात नेहमी म्हाताऱ्या स्त्रीचा समावेश असायचा. मूळ कारण वेगळेच होते. रोहितला आपल्या आजीचा खूपच लळा होता. वयोमानानुसार आजी वारंवार आजारी पडायची. वयस्कर माणूस आजारी पडले, की देवाघरी जाते ते कायमचे दुरावते; हा समज रोहितच्या मनात पक्का होता. आजी कायमची लांब जाणार, या सुप्त भीतीचे रूपांतर त्याला पडणाऱ्या स्वप्नात झाले होते.

बालकांच्या स्वप्नाचा विषय व संदर्भ बहुतांशी वेळा नजीकच्या काळात घडलेल्या घटनांशी असतो. जागेपणी जी इच्छा अपुरी राहिली, ती कल्पनाशक्तीच्या माध्यमातून स्वप्नाद्वारे साध्य करण्याचा प्रयत्न सुप्त मन करते. एखाद्याच्या मनात पोहायला जाण्याची इच्छा अपुरी राहिली असेल, तर स्वप्नामध्ये ते साध्य करून त्याचा आनंद लुटता येतो. पण 'स्वप्नांना अर्थ नसतो' या समजुतीपायी ती हमखास दुर्लक्षित राहतात. वास्तविक छोट्यांची झोप दीर्घ आणि गाढ असते. मोठ्यांपेक्षा त्यांच्या उघड व सुप्त मनातील दळणवळण अधिक मोकळे व सुरळीत असते. म्हणूनच त्यांना पडलेली स्वप्ने बहुतांश वेळी त्यांना स्पष्ट आठवतात. पडणारी स्वप्ने मनमोकळी व्यक्त करण्याची संधी त्यांना आवर्जून दिली पाहिजे. प्रसंगी ती लिहून काढण्यास सांगितले पाहिजे. स्वप्नाचा योग्य तो अर्थ लावीत, घडणाऱ्या वेगवेगळ्या घटनांमध्ये मानसिक संतुलन राखण्याची सवय त्याला याद्वारे लावता येऊ शकते.

छोट्यांची स्वप्ने आणि झोप यांचा कित्येक वर्ष सखोल अभ्यास डॉ. विलियम डिमेन्ट यांनी केला. एके दिवशी दवाखान्यात बसलेले असताना एक एक्स-रे त्यांच्या परीक्षणासाठी पुढ्यात आला. आश्चर्य म्हणजे त्यावर त्यांचेच नाव रुग्ण म्हणून नोंदलेले होते. एक्स-रेमध्ये फुफ्फुसाची कॅन्सरने चाळण झालेली होती. आपण केवळ काही दिवसांचे साथीदार आहोत, या कल्पनेने डॉ. विलियम यांना स्वप्नातून खडबडून जाग आली. तो एक्स-रे स्वप्न होते, हे त्यांच्या ध्यानी आले. गेली

कित्येक वर्षे रोज दोन पाकिटे सिगारेट्स ओढणारे डॉ. विलियम त्या क्षणापासून धूम्रपानमुक्त झालेले होते. स्वप्नांचा सकारात्मक अर्थ लावता आला, तर ती निर्णायक उपयोगी ठरू शकतात. हाच या घटनेचा निष्कर्ष.

मानसिक तणाव निर्माण करणाऱ्या घटना प्रत्येकवेळी आपल्याला जाणवतात असेही नाही. कधीकधी त्या मनात आपसुकच घर करतात. मला बालरोगतज्ज्ञ होऊन दीड तप झाले. गणित या विषयाचा संपर्क, परीक्षेच्या संदर्भाने सुटूनही पंचवीस वर्षे झाली. पण आजही एक विचित्र स्वप्न मला वारंवार पडते. गणिताची परीक्षा सुरू असते. सहा समीकरणे सोडवायची असतात. अर्धातास झटापट करून त्यातल्या एकाचेही उत्तर माझ्या नजरेसमोर नसते. आपल्याला शून्य गुण मिळणार, या कल्पनेने मला खडबडून जाग येते. घाम पुसताना आपला गणिताच्या परीक्षेशी काहीच संबंध नाही, हे वास्तव ध्यानी यायला बराच वेळ जावा लागतो. आश्चर्य म्हणजे मला कधीच जाणतेपणी गणित या विषयाचे दडपण वाटले नव्हते. या विषयात कधी मला कमी गुणही मिळाले नाहीत. कदाचित 'विषया'च्या गणितापेक्षा 'व्यवहारा'चे गणित साधते की नाही, या सुप्त धास्तीपोटी असे स्वप्न पडत असावे.

मुलांना पडणाऱ्या स्वप्नाशी व म्हणूनच त्यांच्या मानसिक व व्यक्तिमत्त्व जडणघडणीशी विविध माध्यमांचा अनन्यसाधारण संबंध आहे. आधुनिक युगात टी. व्ही., कॉम्प्युटर, इंटरनेट, व्हिडिओ गेम्स ही माध्यमे छोट्यांच्या जीवनाचा अविभाज्य अंग झाली आहेत. ज्ञान, विज्ञान, शिक्षण, संशोधन, खेळ अशा सकारात्मक कार्यक्रमांचा समावेश त्यात असणे अत्यावश्यक आहे. भीतिदायक, क्रूर, हिडीस, बीभत्स कार्यक्रम त्यांच्यात विकृती निर्माण करू शकतात. 'मुले काय बघतात?' या महत्त्वाच्या मुद्द्याकडे बहुतांशी पालकांचे संपूर्ण दुर्लक्ष असते. त्याविषयीचा जुगारी दृष्टिकोन पालकांनी सोडावा हेच उचित. बालकांच्या या माध्यामांच्या वापरावर 'सुयोग्य नियंत्रण' राखावेच लागेल.

स्वप्नाशी संबंधित काही मानसिक दोषही बालकात असू शकतात. झोपेत व स्वप्नात चालण्याची, बोलण्याची, ओरडण्याची सवय काही बालकांमध्ये आढळते. अगदी जागेपणी घडणाऱ्या क्रियेइतकी सफाई आणि सुसूत्रता त्यात असते. पण या क्रिया जाणीवपूर्वक घडत नसल्याने

त्यांवर त्याचे नियंत्रण नसते. आपण असे काही करतो, हे वास्तव त्याला माहीत नसते. यापैकी झोपेत व स्वप्नात चालण्याची सवय अडचणीची व धोकादायक ठरू शकते. या अंमलाखाली अगदी घराचे दार उघडून बाहेर भटकून येणारी मंडळी आहेत. अशी तक्रार असेल तर त्याला इजा पोहोचणार नाही, याविषयी पालकांना सतर्क राहावे लागते. स्वप्नाशी संबंधित सर्वात त्रासदायक प्रकार म्हणजे तीव्र भयाच्या स्वप्नांची मालिका (Nightmares). असा प्रकार दुर्दैवाने बालकात रुजला असेल तर त्याला अक्षरश: रात्र आणि झोप नकोशी होते. एकूणच शारीरिक व मानसिक जडणघडणीवर याचा घातक परिणाम होऊ शकतो. झोपेत चालणे अथवा भयरात्रीसारख्या तक्रारींसाठी मात्र मानसोपचार-तज्ज्ञांचे मार्गदर्शन आवश्यक ठरते.

छोट्यांची आनंदी स्वप्ने म्हणजे मात्र कल्पना शक्तीचा मुक्त आविष्कार. निसर्ग, रंग, खेळ, खेळणी, आवडती व्यक्तिमत्त्वे अशा असंख्य गोष्टींची त्यात रेलचेल असते. छोट्यांच्या प्रचंड आवाक्याच्या मेंदूत विविध कल्पनांसाठी मुबलक जागा उपलब्ध असते. याची अत्यंत समर्पक तुलना संगणकाशी करता येते. संगणकात बाईटस् (Bytes) ची संख्या अधोरेखित असते. तेवढ्याच क्षमतेचा वापर आपण करू शकतो. त्यातल्या अनावश्यक रचना वगळून नव्या वापरासाठी जागा जाणीवपूर्वक उपलब्ध करावी लागते. अन्यथा नवी माहिती संगणक स्वीकारत नाही. अनावश्यक बाबी झटपट विसरण्याची कला छोट्यांना सहज अवगत असते. म्हणूनच त्यांची स्मरणशक्ती व कल्पनाशक्ती तीव्र राहू शकते. पुढच्या आयुष्यात मात्र चाकोरीबद्ध आयुष्य जगताना जाणिवा आणि संकल्पना बोथट होत जातात. नव्या रचना स्वीकारण्याची आपल्या मेंदूची क्षमताच संपलेली असते; कारण जुने, अनावश्यक विसरण्याची संकल्पनाच मोठ्यांना मान्य नसते. म्हणूनच छोट्यांच्या स्वप्नांना मर्यादा आणि व्यवहाराचा पुसट स्पर्शही नसतो. ती असते केवळ आंनदयात्रा.

स्वप्नाचा थेट संबंध आहे मनाशी. 'संसारात पडलो आणि ताणतणाव नशिबी आले' हा एक सर्वमान्य गैरसमज. आयुष्यातील सर्वाधिक ताण मानवी जीव झेलतो ते जन्माच्यावेळी. गर्भात असेपर्यंत श्वास घेण्याची गरज नाही, आईच्या उदराचे कवचकुंडल साथीला आहे, जगण्यासाठी ज्या घटकांची आवश्यकता आहे ते आईच्या स्वरूपात निसर्ग देणारच

आहे, ही गर्भाची वास्तवता. जन्म घेतेक्षणी श्वास घ्यायचा आहे, आईशी असणारी नाळ तुटणार आहे. नव्या वातावरणात गरज भासणारी प्रत्येक गोष्ट स्वत:च्या हिकमतीवर प्राप्त करायची आहे, हे तिथून पुढच्या आयुष्याचे वास्तव. म्हणूनच जन्म आणि बालपण म्हणजे मानवी आयुष्यातल्या विरोधाभासाची आणि ताणतणावांची परिसीमा. गृहस्थाश्रमाचे तणाव झेलताना वयाबरोबर येणारे अनुभव आणि परिपक्वता छोट्यांकडे नसतात, हे आपण साफ विसरतो. छोट्यांच्या स्वप्नांना योग्य स्थान उपलब्ध असले पाहिजे ते याचसाठी.

स्वप्न जागेपणीची असोत, की झोपेतली; आकांक्षा पूर्णत्वाला नेण्याचा प्रयत्न करणे; हाच त्यांचा धर्म. झोपेतली स्वप्ने जाणतेपणी साधावी लागत नाहीत, ती आपोआप येतात. म्हणूनच जे कष्टसाध्य नाही ते नगण्य किंवा दुय्यम हा व्यवहारी नियम त्यांना लावला जातो. पण जीवनावश्यक श्वासही घेतला जातो अजाणतेपणी, आपोआप. मात्र व्यवहारी जगाला त्याचे मूल्य पुरेसे ठाऊक आहे. स्वप्नांचा जन्म तर श्वासांच्याही आधीचा; पण तरीही त्याचे स्थान उपेक्षित. अन् दुर्दैवाने त्याची व्याख्याही, 'जे वास्तव नाही, ते स्वप्न' अशी...

◆

आपण जागृतीत जे जीवन जगतो (कधी कधी जागृतीतही आपण झोपलेले असतो!) त्यात काहीतरी सुसंगती असते. जागृतीत आपण सचेतनाच्या पातळीवर जगतो आणि जागृतीतच आपण अर्ध-चेतनाच्याही पातळीवर जगतो. पण आपल्या झोपेत आपण अचेतनाच्या पातळीवर जगत असतो आणि तेही एक वेगळ्या प्रकारचे जगणेच असते. त्या आपल्या स्वप्नजीवनावर झोपेतही जागे असतो– एक निराळ्या प्रकारे– आणि जागेपणी घडताना बघतो तसेच स्वप्नात घडणारे खरे वाटूनच ते पाहात असतो. हा काय प्रकार आहे. सुषुप्ती? अर्धसुषुप्ती? जागृती? की अर्धजागृती?

'मनी वसे ते स्वप्नि दिसे' अशी म्हण आहे. मानवी मन म्हणजे अमर्याद स्मृतींचा साठा. त्यातली कुठली स्मृती कशी साकार होऊन

पांढरे ढग

शिरीष पै

आपला कुठलाच ताबा नसतो. आणि जे जे स्वप्नात घडते त्याचे आपण फक्त साक्षी असतो. रोज जागृतीत जे जे घडते त्यात आपण प्रत्यक्ष वावरत असतो. पण स्वप्नात जे जे घडते त्यात आपण असतो आणि नसतोही. स्वप्नामधल्या घटनेत आपण भाग घेतलेला असतो आणि तरीही वेगळेच कुणीतरी होऊन आपण आपल्याला पाहातही असतो. म्हणजे स्वप्नात आपण एक व्यक्ती नसतो, तर दोन! स्वप्नात येईल हे सांगणे कठीण आहे! कोणती अज्ञात शक्ती आपल्या गतस्मृतींना किंवा येणाऱ्या भविष्याला हातात घेऊन हा स्वप्नांचा खेळ खेळत असते? की आपल्या झोपेत आपली अवचेतन शक्ती जिवंत होते आणि ही स्वप्नांची क्रीडा मांडते? जे काही घडते ते आपल्याच चित्तचक्षूंसमोर! जे काही स्वप्नात घडवले जाते तेही आपणच घडवतो का? आपणच आपल्या स्वप्नांचे शिल्पकार आहोत ना!

रोज आपण जे विचार करतो आणि ज्या आठवणींना आठवतो त्या तर स्वप्नात उतरतातच. उदाहरणार्थ, परवा मी पुरणपोळ्यांचा विचार करीत होते तर मला स्वप्नात गूळपीठ पाट्यावर कुटणाऱ्या कुणी अज्ञात बायका दिसल्या. अलीकडेच मी माई मंगेशकरांचे आत्मचरित्र वाचत होते. त्यांना स्वप्नात नाग आणि साप फार दिसायचे. तर त्या रात्री स्वप्नात 'फुस्स' करून पुढे मान केलेला एक साप मला दिसला. ज्यांच्याशी आपला कधी ना कधी किंवा आजही संबंध असतो ती माणसे अधूनमधून आपल्या स्वप्नात येतातच. मध्ये एकदा माझी धाकटी सून आणि मी बाजारात खरेदी करत फिरताना मला स्वप्नात दिसलो. माझे आईवडील, माझे पती, माझी मुले, माझी नातवंडे-सुना माझ्या स्वप्नात हमखास येतातच. माझ्या दोघा मुलांनी आता चाळीशीही ओलांडली आहे. पण पुष्कळदा स्वप्नात ती मला लहानपणीची दिसतात.

जशी घरातील, नात्यातील माणसं स्वप्नात येतात तशीच घराबाहेरची घनिष्ठ स्नेहसंबंधातील माणसे– जिवंत वा मृत– माझ्या स्वप्नात नेहमी येतात आणि ज्याची कल्पनाही करता येणार नाही असे काहीतरी अघटित त्यांच्या बाबतीत स्वप्नात घडत असते. हल्ली हल्लीच चित्रकार श्याम जोशी माझ्या स्वप्नात आले होते. श्याम जोशींचा आणि माझा चांगला स्नेह होता. त्यांनी माझ्या हायकू काव्यावर उत्तम चित्रे काढली होती. काही महिन्यांपूर्वी त्यांना कॅन्सर होऊन त्यांचा दुर्दैवी मृत्यू झाला. काही दिवसांपूर्वी त्यांच्या पत्नीचा मला फोन आला होता. श्याम जोशींना अखेरच्या आजारात मी भेटू शकले नाही ह्याची टोचणी माझ्या मनाला लागून राहिली होती. त्यांची पत्नीही मला फोनवर म्हणाली की त्यांच्या आजारात ती त्यांना भेटायला मला बोलावून घेणार होती. तिचे माझे फोनवर बोलणे होऊन गेले आणि अकस्मात काही दिवसातच श्याम जोशी माझ्या स्वप्नात आले. माझ्याशी ते हसत हसत मोकळेपणानं खूप बोलत होते. बरोबर त्यांची पत्नीही होती. पूर्वी नेहमी जसे ते आनंदी आणि टवटवीत दिसायचे तसेच मला ते स्वप्नात दिसले. मात्र ज्या घरात ते मला भेटले ते घर माझ्या ओळखीचे नव्हते. ते घर मात्र रिकामे रिकामे दिसले. कुणातरी लहान मुलाला शाळेत प्रवेश मिळवून देण्याबद्दल ते माझ्याशी बोलत होते. (कुणाला ना कुणाला तरी शाळा-कॉलेजात प्रवेश मिळवून देण्याबद्दल घरात कुणाशी तरी बोलणे

होतच असते.) कितीतरी वेळ हे स्वप्न चालले होते. कितीतरी गप्पा चालल्या होत्या. पण आता विचाराल तर मला त्यातला एक शब्दही आठवत नाही.

पुष्कळसे आज हयात नसलेले साहित्यिक माझ्या स्वप्नात येऊन चांगले हसून खेळून गप्पा करून गेले आहेत. अनंत काणेकर, बा. भ. बोरकर, पु. ल. देशपांडे, वसंत कानेटकर... बहुतेकांशी स्वप्नात मी चांगल्या गप्पा केल्या आहेत. पण जेव्हा स्वप्नातून जागी झाले तेव्हा बोललेले काहीच आठवत नव्हते.

माझे वडील आचार्य प्र. के. अत्रे हे तर माझ्या स्वप्नात अनेकदा येतात. एकदा मला एक गमतीदार स्वप्न पडले होते. एका सभागृहात एक मोठी सभा भरली होती. भाषण मी करीत होते आणि पपा समोर बसून आनंदाने माझे भाषण ऐकत होते. मधूनच मोठ्याने हसत होते. मधूनच मला काही सुचवत होते, मला दुजोरा देत होते. कुठल्यातरी वाङ्मयीन विषयावर मी बोलत होते. एकेक मुद्दा घेऊन अतिशय उत्तम रीतीने विषयाचे प्रतिपादन करीत होते. मी काय बोलले ते मला आज आठवत नाही. पण स्वप्नात माझे एक उत्कृष्ट भाषण मी व्यवस्थित ऐकले. स्वप्न चालू असताना मी फार आनंदात होते कारण माझे प्रिय पपा माझे भाषण ऐकत होते. (पपांच्या जन्मशताब्दीच्या वर्षभरात मी त्यांच्यावर खूप बोलले होते. कदाचित त्याचा हा पडसाद स्वप्नातून उठला असावा.)

जसे पपा, तशीच माझी आईही माझ्या स्वप्नात अधूनमधून येते. एकदा तिच्याविषयी मला एक फार सुंदर स्वप्न पडले. स्वप्नात मी तिला भेटायला चालले होते. एका लहानशा बंगल्यात पहिल्या मजल्यावर ती होती. वर जायचा जिना लाकडी होता. तो चढून मी वर चालले होते. जिना संपला आणि एक लहानशी खोली दिसली. तिथं एका खुर्चीवर ती बसली होती. ती माझी वाटच पाहात होती. मला बघून ती म्हणाली, "ये, हा चहा पी. तुझ्यासाठीच ठेवला आहे. केव्हापासून तुझी वाट पाहते आहे." तिथे समोरच एका लहानशा टेबलावर एका कपात वाफाळणारा गरम चहा ठेवलेला होता. समोरच्या भिंतीवर असंख्य निरांजने पेटवलेली होती. माझे डोळेच दिपले. समोरच्या भिंतीवर फळीवर देव मांडलेले होते आणि अवतीभवती फळ्यांवर निरांजनाच्या

असंख्य ज्योती तेवत होत्या. जणू दिवाळीच होती. माझ्या लहानपणी माझी आई संध्याकाळी रोज देवापुढे दिवा लावून मला नमस्कार करायला लावायची. हे स्वप्न म्हणजे त्या भूतकाळाचीच तर आठवण नव्हती ना? पांढऱ्या शुभ्र साडीतील माझी वयस्कर पण गोरीपान आई मला त्या स्वप्नात गंभीर पण अतिशय सुंदर दिसली.

कधी कधी काही बडी मंडळीही माझ्या स्वप्नात येतात– की ज्यांची माझी उभ्या आयुष्यात कधी भेटही झाली नाही. उदाहरणार्थ, अमिताभ बच्चन. दूरदर्शनवर 'कौन बनेगा करोडपती' ह्या कार्यक्रमात मी त्याला वारंवार पाहात होते आणि अकस्मात एका रात्री माझ्या स्वप्नातही मी त्याला पाहिले. स्वप्नात तो तसाच दिसला जसा 'टी.व्ही.'वर दिसत होता. हसरा, मिष्कील, उत्साही, मार्मिक बोलणारा. स्वप्नात तो आणि मी अनेक जागा पाहात फिरत होतो. तो बडबडत होता आणि अखेर आम्ही एका मोठ्या स्टेडिअमवर येऊन पोचलो. तिथे खूप गर्दी दिसली. तिथेच स्वप्न संपले. अमिताभ बच्चनबरोबर त्याचा भरदार आवाज ऐकत मारलेल्या त्या गप्पा, त्या पाहिलेल्या जागा स्वप्न संपताच अदृश्य झाल्या.

बड्या मंडळींपैकी मंगेशकर कुटुंब माझ्या अनेकदा स्वप्नात येते. लता मंगशेकर तर वरचेवर स्वप्नात येतात. आणि त्यांना मी जिथे पाहाते, ते घर पूर्वी कधी पाहिलेले नसते. अलीकडेच भारती मंगेशकर माझ्या स्वप्नात मला भेटली. खूप आनंदी आणि खूप सुंदर दिसली. उंच, सडपातळ, प्रसन्न आणि पांढऱ्याशुभ्र साध्याच साडीत. प्रिया तेंडुलकरही काही दिवसांपूर्वी माझ्या स्वप्नात आली होती. पांढऱ्याशुभ्र साडीत. 'त्या सर्व बायकांना मी उत्तमरीतीने समजावलं आहे.' हे स्वप्नात मी ऐकलेलं तिचं एकच वाक्य मला आता आठवतं आहे.

कधी कधी महान संतही माझ्या स्वप्नात आले आहेत. ज्यांना मी माझ्या आद्य गुरू मानते त्या पाँडीचेरीच्या श्री माताजी विलक्षण तऱ्हेने माझ्या स्वप्नात आल्या आहेत. त्यावेळी त्यांना मी प्रत्यक्ष पाहिलेही नव्हते. फक्त त्यांचे साहित्य वाचले होते. बावीस जुलै एकोणिसशे चौसष्ट साल. ह्या दिवशी पहाटे त्यांनी मला स्वप्नात दर्शन दिले. एका रुंद जिन्याच्या वरच्या रुंद पायरीवर त्या आसनावर पांढऱ्याशुभ्र वेषात बसल्या होत्या. अत्यंत तेजस्वी दिसत होत्या. मुद्रा हसरी होती. त्या

खुणेने मला वर यावयाची सूचना देत होत्या. मी खाली उभी होते. बाजूलाच जिन्याच्या कठड्यावर उदबत्त्यांचा जुडगा पेटवून ठेवलेला होता आणि सर्वत्र निळा धूसर धूर धुक्यासारखा पसरला होता. अवती भवती सुगंध दरवळत होता. त्या जिन्यावर बसल्या होत्या तिथे दिव्य प्रकाश पसरला होता. दुसऱ्या बाजूला अंधार होता. आणि जिन्याखाली मी बावचळून उभी होते की मी कुठे जाऊ? प्रकाशाच्या बाजूला की अंधाराच्या बाजूला? पण माताजी मात्र प्रकाशाच्या दिशेने बोलावत होत्या.

इतके सुंदर स्वप्न मला उभ्या आयुष्यात कधी पडले नव्हते आणि पुन्हा कधी पडले नाही. आश्चर्याची गोष्ट अशी की मला स्वप्नात दिसलेला तो जिना खरोखर माताजी ज्या घरात राहात असत त्या घराचाच जिना होता. हे मला नंतर समजले, जेव्हा १९७० साली मी तो जिना प्रत्यक्ष पाहिला. माताजींच्या दर्शनासाठी मी, माझी मैत्रीण कुसुम कुलकर्णी हिच्यासह पाँडिचेरीला गेले होते. माताजींच्या दर्शनाच्या ठरलेल्या वेळा होत्या. त्या वेळी आम्ही दर्शनासाठी लागलेल्या रांगेत उभ्या होतो. रांग पार घराबाहेर लांबवर पसरलेली होती. सरकत सरकत आम्ही घरापाशी आलो आणि मग घरात जिन्यापाशी. तो जिना बघताच मी आनंदातिशयाने कुसुमला म्हणाले, "कुसुम, हाच... हाच तो जिना मी स्वप्नात पाहिलेला."

अशी विलक्षण, अर्थपूर्ण, शुभसूचक स्वप्ने क्वचितच पडतात! माताजींनी ज्या स्वप्नात मला दर्शन दिले ते एकमेव स्वप्न मला आजही जसेच्या तसे आठवते, नजरेसमोर स्वच्छ उभे राहते.

त्यानंतर माताजींना मी दोनदा स्वप्नात पाहिले. एकदा एका उंच पहाडावर दोन तीन पांढऱ्याशुभ्र वेषातल्या जोगिणींसह बोलताना आणि दुसऱ्यांदा नववर्षाचा आरंभ होताना पहाटेला– वर्ष आठवत नाही. एक जानेवारीच्या पहाटेला त्या माझ्या स्वप्नात आल्या. पहाटेचा अंधार होता. त्या एका चर्चमध्ये ऑर्गनवर नववर्षाचे दिव्य संगीत वाजवत होत्या. ते दिव्य सूर मी स्वप्नात ऐकलेही. आर्गनवर एका पुष्पपात्रात डेझीची पांढरीशुभ्र फुले कुणीतरी रचून ठेवली होती. माताजींसमोर अनेक बालके प्रार्थना करीत दाटीवाटीने बसली होती. मला चर्चमध्ये यायला उशीर झाला होता. मी भीत भीत आत आले. मला बसायला

जागा नव्हती. मी चर्चच्या दाराशीच बावचळून उभी राहिले होते. तोच माताजींनी मला खुणेने पुढे बोलावले आणि अगदी पहिल्या रांगेत बसण्यासाठी जागा दाखवली. माताजींच्या बाबतची ही सर्व स्वप्ने मला पूर्णपणे आठवतात, अजूनही डोळ्यांसमोर जशीच्या तशी दिसतात. कित्येक स्वप्नांच्या फक्त खुणा राहतात, आठवणी राहतात पण मूळची स्वप्ने मात्र विस्मृतीत हरवून जातात, पण माताजींच्या बाबतीत मात्र असे झालेले नाही.

माझे दुसरे सद्गुरू आचार्य रजनीश उर्फ ओशो हेही माझ्या स्वप्नात कधी ना कधी येतात. एकदा त्यांच्या बाबतीत मी एक विचित्र स्वप्न पाहिले. मी त्या स्वप्नात त्यांना एका भव्य तैलचित्रातून पाहिले. पण सजीव असल्यासारखे ते हसत होते. मात्र त्यांच्या एका डोळ्यातून कुणीतरी बाण मारल्याने रक्त ओघळत होते. दुसऱ्या एका स्वप्नात मातीत काहीतरी शोधताना मी मला पाहिले. तोच ते हसत हसत कुठून तरी आले आणि मातीतून त्यांनी शोधून माझ्या हातावर सोन्याचे एक चकचकीत नाणे ठेवले. नंतर पुन्हा मातीतून त्यांनी सोन्याची एक अंगठी काढली आणि माझ्या हातावर ठेवली. काही दिवसांपूर्वी ओशोंना मी स्वप्नात पाहिले ते एक श्रवणीय प्रवचन देताना. ओशो प्रवचन देणार आहेत म्हणून सर्वत्र माणसे लगबगीने आणि उत्साहाने फिरत होती. ते प्रवचन मी स्वप्नात ऐकले. पण आज मात्र त्यातला एक शब्दही आठवत नाही.

तिसरे संत मी स्वप्नात पाहिले ते शिर्डीचे साईबाबा, पण जसे आपण त्यांना छायाचित्रात बघतो तसे ते स्वप्नात दिसत नव्हते. त्यांचा वेष रामकृष्ण परमहंसांसारखा होता. अंगात एक साधासा– थोडा मळलेला डगला. खाली लांडे धोतर आणि कमरेभोवती उपरण्याचा दुपट्टा आवळलेला. वेळ पहाटेची होती. अजून अंधारलेले होते. थोडीशी गर्दी दिसली म्हणून मी तिथे गेले. पेट्रोमॅक्सच्या बत्त्या पेटवलेल्या होत्या. पण प्रकाश भगभगीत नव्हता, मंदसा होता. लोक वर्तुळ करून उभे होते. मध्यभागी एक खोल खड्डा होता. लोक त्या खड्ड्याकडे कुतूहलाने पाहात उभे होते. तशीच मीही त्या गर्दीत उभी राहिले. तेवढ्यात त्या खड्ड्यातून साईबाबांची मी वर वर्णिलेली मूर्ती अलगदपणे वर आली. आता त्यांच्या पायाखाली खड्डा नव्हता, तर जमीन होती.

त्यांच्या हातात एक नारळ होता आणि पायाजवळ एक काळ्या रंगाची छोटीशी पेटी होती. त्यांनी मला मान हलवून खुणेनं जवळ बोलावले आणि माझ्या हातात तो नारळ ठेवला. त्यांच्या चेहऱ्याकडे मी भक्तिभावाने पाहिले. ते मला फारच वृद्ध वाटले. पांढऱ्या शुभ्र दाढीचे खुंट वाढलेले होते. एका डोळ्यात फूल पडलेले मला दिसले. पण चेहरा मात्र प्रसन्न होता. मी तत्काळ त्यांच्या चरणी दंडवत घातले. त्यांच्या पायांवर माझे कपाळ टेकवले. त्यांच्या चरणांचा स्पर्श स्वप्नातही माझ्या कपाळाला झाला. ते मला म्हणाले, "ही पेटी घेऊन जा." त्यानंतर ते अदृश्य झाले. ती पेटी घेऊन मी अंधारातून चालू लागले. स्वप्न चालूच होते पण त्यात साईबाबा नव्हते. कधी कधी मला संभ्रम पडतो की मला स्वप्नात त्या पहाटे दिसले ते नक्की साईबाबाच होते की दुसरे कुणी अज्ञात संत होते? पण अंतर्मन सांगते की नाही, नाही. ते साईबाबाच होते.

आणखीनही एकदा मी साईबाबांना पाहिले पण ते जागेपणीच्या स्वप्नात. मला पडणाऱ्या स्वप्नांचा हा एक विचित्र प्रकार आहे. म्हणजे ही स्वप्ने पडताना मी झोपलेलीच असते– गाढ निद्रेतच असते- पण डोळे उघडलेले असतात. हे स्वप्न पडले तेव्हा मी हॉस्पिटलमध्ये होते. म्हणजे आजारी मी नव्हते. माझा मोठा मुलगा होता. त्याला मी सोबत करीत होते. दुपारची वेळ होती. हॉस्पिटलमधल्या आमच्या स्वतंत्र खोलीत तो जेवून पलंगावर गाढ झोपला होता आणि समोरच्या पलंगावर मीही गाढ झोपले होते. माझे डोके मात्र त्याच्या विरुद्ध दिशेला होते. त्या काळात माझे व्याही मला काही दिवसांपासून सारखे सांगत होते की एकदा तुम्ही सर्वजण शिर्डीला जाऊन साईबाबांचं दर्शन घेऊन या, पण ते जाणे काही घडत नव्हते. त्या दिवशी दुपारी मी हॉस्पिटलमध्ये मुलासमोर झोपले असताना अचानक साईबाबांचे स्मरण झाले. मी मनातल्या मनात भक्तिभावाने त्यांना वंदन केले. गाढ झोपेत असताना माझे डोळे उघडले पण आतून मी झोपेतच होते. तोच मला माझ्या डोळ्यांसमोर– पण माझ्या मुलाच्या पायापाशी- साईबाबा उभे असलेले दिसले. पांढऱ्याशुभ्र वेषात, डोक्याला पांढरा रुमाल बांधलेले. खूप सोज्वळ आणि भव्य दिसले. माझ्या मुलाच्या पायापासून ते त्याच्या डोक्यापर्यंत चालत गेले आणि एकदम दिसेनासे झाले. माझे

उघडे डोळे मी झोपेतून जागी होऊन खरेच उघडले आणि साईबाबांना सर्वत्र शोधू लागले. पण ते कुठेच नव्हते. माझे डोळे जरी उघडे होते तरी हे स्वप्नच होते. हा काही उघड्या डोळ्यांना झालेला भास नव्हता.

आमच्या दारात जिनी नावाची एक इमानी कुत्री सदैव बसलेली असते. कधी कधी घराचे दार उघडे दिसले की ती आत शिरते आणि काहीतरी खायला मागते. पुष्कळदा दुपारी मी माझ्या खोलीत पलंगावर झोपलेली असते तेव्हा ती हळूच पलंगाजवळ येऊन माझे हात चाटून मला जागी करते. एका रात्री मी गाढ झोपेत असताना वरच्यासारखाच प्रकार झाला. म्हणजे मी होते गाढ झोपेत पण डोळे उघडले होते. तोच मला समोरच्या सतरंजीवर जिनी बसलेली दिसली, आनंदात जिभेने 'ल्हाय् ल्हाय्' असा आवाज करीत. मी एकदम दचकले. ''अरे, रात्रीच्या वेळी ही आत कशी घुसली? चुकून बाहेरचे दार उघडे राहिले की काय?'' मी दचकून झोपेतून जागी झाले. डोळे उघडे होते तरी आता पूर्ण जागी झाले होते... तर समोर जिनी नव्हतीच मुळी. मी उठून घरभर फिरून पाहिले, दारे बंद केली आहेत की नाही हे तपासून पाहिले. तर जिनी घरात नव्हतीच मुळी. ती माझ्या स्वप्नात आली होती– जे स्वप्न मी उघड्या डोळ्यांनी झोपेत पाहिले होते.

आणि अलीकडेच एक गमतीदार प्रकार घडला. ११ जुलै रोजी मी पुण्याला माई मंगेशकर स्मारकाच्या उद्घाटनासाठी गेले होते. मी माईंवर बोलणार होते. समारंभ संध्याकाळी होता. दुपारी बारा वाजता 'काय बोलावे' हा विचार करत मी पलंगावर पडले होते तोच डुलकी लागली. झोप लागली पण डोळे उघडेच होते– तर मला साक्षात माई मंगेशकर समोर दिसल्या. गडद बदामी रंगाचं इंदुरी लुगडं नेसलेल्या, वृद्ध, काहीशा कृश पण हसतमुख– त्या मला काहीतरी सांगत होत्या त्यांचा तो आवाजही माझ्या कानी पडला. मी दचकून जागी झाले. झोपतले उघडे डोळे खऱ्या अर्थाने उघडले तर काय आश्चर्य, समोर कुणी कुणी नव्हते.

पूर्वीच्या माझ्या स्वप्नांची जात आता पूर्ण बदलली आहे. पूर्वी मला स्वप्नात खूपदा पाणी दिसायचे. पूर आलेले दिसायचे. एकदा तर स्वप्नात इतका पूर आला होता की माझ्या घराच्या खिडकीपर्यंत पाणी आले होते. पूर्वी स्वप्नात मला मी हवेत उंच उडत जाते आहे असा भास

व्हायचा तर कधी जमिनीवर खाली खूप खोलात चालले आहे असाही भास व्हायचा. पलंगावरून तोल जाऊन जमिनीवर पडते आहे असा भास आजही कधी कधी स्वप्नात होतो आणि मग मी स्वप्नातून एकदम जागी होते तर जागच्या जागी व्यवस्थित असते. पूर्वी मला परीक्षेची, प्रवासाची आणि नाट्यप्रयोगांची स्वप्ने खूप पडायची. कधी परीक्षा सुरू आहे, मला धड पेपर पुरा करता येत नाही, मी धड वेळेवर परीक्षेलाच पोचत नाही. कधी नाट्यप्रयोग चालू आहे, मी रंगभूमीवर आहे. पण योजिलेले नाटक घडतच नाही, प्रेक्षकात गोंधळ चालू आहे, भलतेच नाटक चालले आहे. कधी मी प्रवासाला निघाले आहे असे मला स्वप्नात दिसे. तर गाडी कुठे तरी भलतीकडेच जाते आहे... वेळेवर मुक्कामाला पोचवत नाही. ही असल्या प्रकारची स्वप्ने नेहमी अपूर्णतेची साक्ष देणारी असायची. म्हणजे योजिले एक पण होते आहे भलतेच आणि तेही अपुरे आणि अर्धवट. पण ही स्वप्ने आता बंद झाली आहेत. एकदा मात्र एका वर्षी एक जानेवारीच्या पहाटे मी वेगाने धावून शर्यतीत पहिला नंबर मिळवला असे पूर्णतेची साक्ष देणारे आनंददायी, उत्साहवर्धक स्वप्न मला पडले होते.

मात्र कधी न पाहिलेली घरे आणि जागा, कधी न पाहिलेल्या व्यक्ती आणि चेहरे तेव्हाही स्वप्नात दिसत आणि आजही दिसतात. पूर्वी मला कधी कधी सूचक स्वप्ने पडत. पुढे भविष्यात काय घडणार आहे ते आधी स्वप्नात दिसे.

एकदा माझे पती श्री. व्यंकटेश पै आणि मुलगा राजू बाहेरगावी गेले होते तर रात्री मला स्वप्न पडले की राजूच्या पोटात फुटकी तीक्ष्ण काच घुसली आहे आणि तिचे टोक त्याच्या पोटात शिरून भळभळा रक्त वाहते आहे. सकाळी दचकून मी जागी झाले आणि मनाला हुरहूर लागली. मी सकाळीच जाऊन देवीची ओटी भरली आणि मनोमन प्रार्थना केली की माते, माझ्या बाळाचं रक्षण कर. योगायोग असा की त्या दिवशीच बाहेरगावी दुपारी अपघात झाला. एक बाटली फुटली आणि भला मोठा काचेचा तुकडा उडून पोटात घुसला... पण राजूच्या नाही तर व्यंकटेशच्या. जणू राजूवरचे संकट व्यंकटेशने आपणावर ओढवून घेतले. कारण काच उडाली तेव्हा बापलेक शेजारी शेजारी उभे होते.

माझी सुंदर नणंद वारली त्या पहाटे मला एक तेजस्वी ब्राह्मण नदीकाठी चितेवर जळताना दिसला. एकदा माहीम खाडीवरच्या पुलावर पहाटे एका बेफाम धावणाऱ्या ट्रकने रस्त्याच्या कडेला झोपलेली माणसे चिरडून ठार मारली तेव्हा त्याच पहाटे मला स्वप्नात त्याच रस्त्यावर विखुरलेली प्रेते दिसली होती. आमचा इमानी ड्रायव्हर सखाराम ज्या रात्री मरण पावला त्याच रात्री त्याच्या मृत्यूच्या थोडा वेळ आधी माझ्या स्वप्नात आला होता, हसत हसत, गाडीचे दार उघडून मला 'ऑफिसमध्ये चला' असे सांगत होता. 'ह्यां'नी दिलेला कोट अंगात घालून ऐटीत उभा होता. स्वप्नातून मी धसक्याने जागी झाले तोच बाहेर फोनची घंटा वाजत होती. धावत जाऊन फोन घेतला तर सखारामचा भाऊ फोनवरून बोलत होता, ''बाईसाहेब, सखाराम आत्ताच वारला. बाईसाहेब... त्यानं तुमची आठवण काढली होती....''

अलीकडे सूचक स्वप्ने मुळीच पडत नाहीत. पण स्वप्ने पडतातच. मी जिवंत आहे तोपर्यंत मला स्वप्ने पडतच राहतील. पण माझ्या स्वप्नांचा मी जेव्हा विचार करते तेव्हा एका गोष्टीचा मला आनंद होतो की माझ्या कुठल्याही स्वप्नात मी कधीही कुठलीही अनिष्ट गोष्ट पाहिलेली नाही किंवा कुठल्याही स्वप्नात मी कधीही कुठलेही निंद्य कृत्य केलेले नाही. एक स्वप्न मात्र मला अजून आठवते आणि अंगावर आजही काटा येतो. त्या स्वप्नात लांडग्यांनी माझा पाठलाग केलेला मी पाहिला. लोंबणाऱ्या लाल जिभा आणि वटारलेले उग्र लाल डोळे असलेले तीन चार लांडगे माझा रस्त्यावर वेगाने पाठलाग करीत होते. त्यांच्यापुढेच मी वेगाने जीव घेऊन पळत होते, ओरडत होते. माझ्या तोंडाला धावून धावून फेस आला होता. ते आता माझ्या अगदी पाठीला भिडले होते. भोवती अंधार होता तोच मी समोरच्या रस्त्यावर असलेल्या पुलाखालच्या बोगद्यात घुसले. अंधारात अगदी खोल खोल. आता लांडगे कुठे वळले होते कुणास ठाऊक– तत्क्षणी मी स्वप्नातून जागी झाले होते. अंगाला दरदरून घाम सुटला होता. पण तरीही हायसे वाटत होते की त्या क्रूर, दुष्ट लांडग्यांच्या तावडीतून सुटले होते.

हे एक स्वप्न सोडले तर मला अनिष्ट असे स्वप्न आयुष्यात कधीही पडलेले नाही. हां, स्वप्नातून मी प्रेम मात्र केले आहे... पण आयुष्यात ज्याच्यावर प्रेम आहे त्याच्यावरच. आणि प्रेम म्हणजे काही पाप नाही...

युद्धात आणि प्रेमात सर्व क्षम्य आहे.

स्वप्ने आपणा सर्वांना पडतात. मला पडतात आणि जगालाही, माणसांना तशीच प्राण्यानांही. जन्मल्यापासून– किंवा जन्माआधी आईच्या गर्भात असल्यापासून कदाचित्– मी स्वप्ने पाहात आले आहे. अर्भकावस्थेतील, शैशवावस्थेतील, बाल्यातील, तारुण्यातील, प्रौढावस्थेतील जवळ जवळ सगळीच स्वप्नं काळाच्या उदरात गडप होऊन गेली आहेत. स्वप्ने कधी रात्री पडली, कधी पहाटे पडली, कधी दुपारीही पडली आणि पडली नाही तोच हरवूनही गेली. स्मृतीच्याही पलीकडे गेली. अलीकडच्या तीस-पस्तीस वर्षांतीलच काही थोडी मात्र आठवतात. काही अर्धवट, काही संपूर्णपणे जशीच्या तशी.

का पडतात ही स्वप्ने? मानसिक स्वास्थ्यासाठी निसर्गाने केलेली ही काही योजना आहे का? काही कळत नाही. आज जगातले काही मानसशास्त्रज्ञ स्वप्नांच्या बाबतीत महत्त्वाचे शोध लावताहेत. त्या सर्व शोधांविषयी मला माहीत नाही. पण एवढेच कळले की आपल्या जगण्याची आपल्या स्वप्नांवर गडद छाया पडलेली असते. मात्र आपल्या स्वप्नांचा आपल्या जगण्यावर कसलाही परिणाम होत नाही. आकाशात पांढरे ढग येतात आणि जातात. स्वप्ने पडतात आणि नाहीशी होतात– इतकेच! जसे आपण जन्माला येतो आणि विलयाला जातो तशीच...

◆

मी सुमारे पंधरा वर्षांचा असेन त्यावेळची गोष्ट. फटफटायला लागले की, तात्या– माझे वडील– वेशीबाहेर वाहणाऱ्या ओढ्याच्या डोहात पोहून येत. त्या दिवशी मीही त्यांच्याबरोबर होतो. त्यांनी अंगातील कोपरी काढून माझ्या हातात दिली. धोतराच्या काच्या खोचून घेतल्या आणि पाण्यात मुटका मारला. मी खडकावर त्यांची कोपरी आणि कोरड्या धोतराची सावध करण्याचा-ओरडण्याचा प्रयत्न करीत होतो. तोंडातून शब्द फुटत नव्हता. कसला तरी भेसूर घोगरा आवाज माझ्या कंठातून बाहेर पडला. मी हातवारे करून तात्यांचे लक्ष वेधून घेण्याचा निष्फळ प्रयत्न केला. पाहता पाहता विकराळ जबडा पसरून त्या मगरीने तात्यांच्या कमरेला पकडले. त्यांना ती खाली-खाली खोल कुठेतरी घेऊन गेली... मी असाहाय्य होऊन

निळा-सावळा...!

सु. प्र. कुलकर्णी

पिशवी घेऊन बसलो. आता सूर्यकिरणे दूर क्षितिजरेषेबाहेर येण्याच्या तयारीत होती. तात्या पाठीवर पडून शांत तरंगत होते. मी पोटाशी पाय घेऊन न्याहाळीत होतो... आता तात्या नेहमीसारखे पोहू लागले. पलीकडे किनाऱ्यावर काहीतरी हालचाल मला दिसली. उंच वाढलेल्या गवत आणि झुडुपातून एक मगर चपळाईने पाण्यात उतरली. माझी बोबडी वळली. मी तात्यांना हाका मारून पाहात राहिलो. माझ्या डोळ्यांदेखत त्या नितळ पाण्यात मृत्यूच्या दाढेत वडिलांना जाताना मी पाहिले. दुःख आणि भयाच्या जीवघेण्या अनुभवाने आक्रोश करीत मी जागा झालो.

ह्या स्वप्नाने मला पंचवीस वर्षे– वडिलांच्या मृत्यूपर्यंत छळले. वडिलांचा मृत्यू असाच काहीतरी अघटितपणे होणार... आपल्या डोळ्यांदेखत ते जाणार या विषयीचे ते सूचक-स्वप्न आठवले की मी

खूप अस्वस्थ होत असे. तशी माझ्या वडिलांची प्रकृती खूपच छान होती. ऐंशी वर्षांपर्यंत ते कधी आजारी पडलेले मी पाहिले नाहीत आणि मग ध्यानीमनी नसताना, खांदा दुखतो म्हणून डॉक्टरांकडे घेऊन गेलो तर कॅन्सर झाल्याचे कळले. क्षणाक्षणाने आणि धिम्या पावलांनी मृत्यूने त्यांना असे गाठले. सर्व बाजूंनी सर्वजण मृत्यूला थोपवण्यासाठी धावपळ करीत होते. कोणाच्याही कोणत्याही प्रयत्नांना न जुमानता आम्हा सर्वांच्या देखत आमचे वडील मृत्यूच्या काळ्या डोहात खाली खाली जात होते. 'उपाय संपले घरी घेऊन जा' हा डॉक्टरांचा निर्णय ऐकल्यावर मला पंचवीस वर्षांपूर्वीचे स्वप्न आठवले. मगरीच्या विक्राळ दाढेत खाली खाली जाणारे माझे वडील मी आताही त्याच असाहाय्यतेने पाहत होतो. पंचवीस वर्षांची अस्वस्थता आता कळसाध्यायापर्यंत पोहोचली होती. मृत्यूची अटळ पावले जवळ आल्याचे वडिलांनीही ओळखले होते. ते शांत होते. शरीराची एक बाजू मृत्यूच्या जबड्यात सापडली असून आता आपण लवकरच त्याच्या उदरात जाणार या जाणिवेने ते जराही तडफडताना- मनाने किंवा शरीरानेही- दिसले नाहीत. कॅन्सरच्या वेदनांनी माणसे कसा आक्रोश करतात ते मी पाहिले होते. माझ्या एका मित्राच्या कॅन्सरग्रस्त आईचे ओरडणे गल्लीच्या दुसऱ्या टोकापर्यंत ऐकू येई. असेच काहीसे आपल्या नशिबी पाहण्याचे येणार म्हणून माझ्या जिवाची घालमेल होई; पण माझे कॅन्सरग्रस्त वडील पराकोटीचे शांत होते. शेवटपर्यंत त्यांचे वाचन चालू होते. ज्ञानेश्वरी, नाथ भागवताचा एकादशस्कंद आणि महाभारताचे शांतिपर्व त्यांनी वाचून काढले आणि आपल्या लफ्फेदार अक्षरात तीन वह्या भरून टिपणेही लिहिली. नियतीचा इशारा त्यांनी शिरसावंद्य स्वीकारला. त्या अखेरच्या पहाटे त्यांनी दारे खिडक्या उघडण्यास सांगितले. खिडकीतून दिसणाऱ्या आकाशाला उजाळा येऊ लागला होता. मी पाहिले... तो वडिलांनी श्वास रोधून धरला होता. मी घाईने त्यांना उजवी मांडी दिली. भावाने गंगाजल घातले... त्यांचा प्राणपक्षी केव्हाच उडून गेला होता! मला प्रथमच आठवले. मगरीच्या जबड्यात तात्या हातपाय झाडत नव्हते. त्यांनी जणू बिनतक्रार आपला देह मृत्यूच्या स्वाधीन केला होता. एका स्वप्नाची वास्तवात सांगता झाली होती! निळ्या-सावळ्या आकाशात...!

जे मनी वसे ते स्वप्नी दिसे– असे स्वप्नाविषयी बोलले जाते. हा सिद्धांत सर्वत्र स्वीकारलेला आहे; परंतु स्वप्नात दिसले ते वास्तवात घडल्याचे अनुभव जेव्हा येतात, तेव्हा स्वप्नसृष्टीविषयीची गूढता अंतर्मुख करायला लावते. मनाची कोणतीतरी अज्ञात शक्ती पुढे घडणाऱ्या घटना जशाच्या तशा कशा दाखवू शकते? ध्यानीमनी नसताना काही दृश्ये स्वप्नात प्रथम दिसावीत आणि नंतर त्यांचा वास्तव प्रत्यय यावा असे मला खूप वेळा अनुभवास आले आहे. माझ्यात कोणती तरी अद्‌भुत दैवी शक्ती आहे असे मला सुचवायचे नाही. थोड्याफार फरकाने प्रत्येकाला हा अनुभव येतो असे मला दिसून आले आहे. परंतु नित्य जीवनाच्या धकाधकीत या वापरात नसलेल्या मेंदूच्या शक्तीला क्षीणता आली आहे. डार्विनच्या सिद्धांताप्रमाणे दुर्लक्षिलेला अवयव गळून पडतो– तसाच काहीसा प्रकार असावा, मनाच्या सुषुम्ना अवस्थेतले ते नेणिवेचे रंग...!

....मी आणि माझा मित्र नेहमीप्रमाणे फिरायला निघालो. मी त्याला म्हणालो, ''आज आपण नेहमीच्या रस्त्याला जायला नको.'' त्याने कारण विचारले. मी सांगितले की ''कालच मला स्वप्नात या रस्त्यावर साप दिसला आणि आपण दोघांनी तो मारला.'' माझ्या मित्राचे म्हणणे की आपण मारला तर होऊ दे स्वप्न खरे! आम्ही चालत त्या ठिकाणापाशी आलो. त्या निर्जन रस्त्यावर– पायवाटेच्या अरुंद रस्त्यावर– समोरून आमच्याकडेच भला मोठा तीन-चार फूट लांबीचा काळाशार कवड्या सर्प सळसळत येत होता. माझ्या मित्राने दुरून त्याच्याकडे दगड फेकला. हेतू हा की, त्याने दिशा बदलून अन्यत्र जावे. परंतु त्याच क्षणी माझ्या अंगावर काटा उभा राहिला. स्वप्नातील घटना जशाच्या तशा घडू लागल्या होत्या. स्वप्नातील सापासारखाच तोही साप होता. दगडाची चाहूल लागताच दिशा बदलण्याऐवजी तो साप आमच्यावर चाल करून येत होता. मी दगड मारू नको असे सांगत असतानाच मित्राने दुसरा दगड सापाच्या दिशेने फेकला. वेगाने सळसळत तो साप आमच्या दिशेने दोन-चार फुटावर येऊन पोहोचला. पळालो तर पाठलाग करील असा विचार आला. मला स्वप्न आठवले. जवळच स्वप्नात दिसला तसाच मोठा दगड होता; तो मी जिवाच्या कराराने उचलला. मलाच आश्चर्य वाटले की एवढा मोठा पाषाणखंड मी कसा उचलला?

जेमतेम फुटावर आलेल्या सापावर मी तो जीव खाऊन टाकला. काळ्या कवड्या सर्पाने दगडालाच विळखा मारून डंख केला; पण तो दगडाखाली सापडला होता. आम्ही तो दगडांनी ठेचला. स्वप्नात ज्या क्रमाने घटना पाहिल्या त्याच क्रमाने प्रत्यक्षात घडल्या. मित्राने कोपरापासून हात जोडले– ''तुझ्या स्वप्नाला आता 'चॅलेंज' देणार नाही...''

स्वप्नाला अनुपन्यास म्हणतात म्हणजे ज्याच्या खरेपणाचा पुरावा केवळ आपले मनच असते. एखाद्या निर्जन वाटेत साप दिसणे काही अनपेक्षित नाही; पण 'ॲक्शन रीप्ले' होणे अनपेक्षित आहे. स्वप्नाला अज्ञानावस्थाही म्हणतात. 'स्वपनम्' म्हणजे झापणे, सुस्ती, आळस. अशा निष्क्रिय अवस्थेत भविष्यातील घटना दिसतात यावर कुणाचा विश्वास बसणे शक्य नाही. कुणी सांगू लागला तर वेड्यात काढणे योग्यच आहे. मला कोणतीही तात्त्विक चर्चा करायची नाही. परंतु शरीराला सोडून तो स्वांतप्रवास आहे. स्वांत म्हणजे मन आणि स्वान्त म्हणजे गुहा असाही अर्थ आहे. इडा, पिंगला आणि सुषुम्ना अशा तीन नाड्यांमध्ये प्राण विहार करीत असतो. 'स्वप्न्या' नाडीत प्राणाने प्रवेश केला की स्वप्ने पडतात. स्वप्नातले हे एक प्रकारचे जगणेच असते. मनाच्या गुहेत अनाकलनीय असे बरेच आहे. हृदयस्थ प्राणाच्या प्रकाशात ते स्वप्नसृष्टीत उतरते. त्याचे वास्तवसृष्टीशी रंगरूपाचे नाते कधीतरी जुळून येत असावे. नियती अटळ आहे असे म्हणतात. तिची चाहूल सुषुम्नेत नेणीवेच्या भूमीवर लागते. वाल्मिकींसारख्या पुण्यात्माला आधी रामायण घडलेले दिसले नंतर ते जसेच्या तसे घडले. एवढे जरी नाही तरी सामान्याला एखादी झलक दिसणे निदान अशक्य मानता येणार नाही. असाच एक स्वांतप्रवास...

माझे एक राजकीय क्षेत्रातले कर्तबगार मित्र. निवडणुकीच्या मैदानात एका बलाढ्य व्यक्तीविरुद्ध उभे होते. निवडणूक अगदी एकतर्फी होणार आणि पन्नास हजार ते लाखाच्या फटक्याने माझे मित्र पडणार असे राजकीय भाकित वर्तवले जात होते. राजकीय वर्तुळातून बाहेर पडून ते नेहमी आमच्यात येतात आणि मनमोकळ्या गप्पा मारतात. निवडणूक प्रचाराची एक फेरी पूर्ण करून ते असेच आमच्याशी गप्पा मारीत होते. 'यावेळी अवघड आहे' ते म्हणाले. त्यांच्या स्वरातील नैराश्य मनाला खूप लागले. घरी येऊन संख्याशास्त्राच्या आणि शिवस्वरोदयाच्या

आधारे उत्तर काढले. दहा ते अकरा हजार मतांनी मित्राचा विजय दिसू लागला, पण प्रतिस्पर्धी एवढा बलाढ्य होता की त्या उत्तरावर विश्वास बसणे शक्य नव्हते. झोपताना मी माझ्या आराध्यदैवताला प्रश्न केला. माझा स्वान्तप्रवासावर विश्वास आहे. झोपताना मनाला सूचना केली की सुचनेबरहुकूम ते आपल्याला ठराविक वेळेला जागे करते हा अनुभव बहुतेकांना आलेला आहे. त्याचे शास्त्रीय विश्लेषण काहीही करा; पण मनाला पाच वाजले हे कसे कळते? तसेच काहीतरी होत असावे...निळ्या सावळ्या अवकाशात चांदण्या चमकू लागल्या. त्या सगळ्या अधिक चिन्ह्यांच्या झाल्या... मग सप्तर्षी आणि हे काय सप्तर्षींचा पतंग एक आकाराचा झाला. त्याच्या शेजारी 'घोस्ट इमेज' दिसावी तसा आणिक एक! एकावर एक अकरा!! मग निळ्या रंगाचा पडदा काळपट झाला. चमकणाऱ्या चांदण्यांपैकी एक 'क्लोजअप' झाली. तिची मधली रेघ खाली लांबली एखाद्या खंजिरासारखी! ...मी अर्थ लावू लागलो. अकरा हजारांनी विजय निश्चित! पण घात होणार.

नेहमीप्रमाणे आम्ही मनोविनोदासाठी जमलो होतो. निवडणुकीचे वातावरण चांगलेच तापले होते. यशाची सुतराम शक्यता नव्हती.

"साहेब तुम्ही दहा-अकरा हजारांनी निवडून येणार!" मी म्हणालो.

"पाहू काय होते ते!" साहेब अनिश्चित स्वरात म्हणाले.

"विजय नक्की. पण..." मी.

"पण काय? काही भानगडी होणार का?" साहेब.

"हो, मला अगदी रणांगण दिसते आहे." मी.

"म्हणजे अगदी महाभारत का?" साहेब.

"हो! तसेच म्हणा..." मी.

असे आमचे संभाषण झाले.

साहेब अकरा हजारांनी निवडून आले. महाबलाढ्य प्रतिस्पर्ध्याला नामोहरम करून ते निवडून आले खरे; पण निवडणूक खटल्याच्या महाभारताला तोंड द्यावे लागले. सर्व राजकीय भारताचे लक्ष खटल्याच्या निकालाकडे लागले होते. साहेबांच्या विरोधात निकाल गेला. यशाचे अपयशात रूपांतर झाले. चांदणीचा खंजीर असा झाला होता तर!

मी एका विचित्र हुरहुरीने जागा झालो. स्वप्नात माझ्यावर अभिनंदनाचा वर्षाव होत होता. अनेकजण माझ्याशी हस्तांदोलन करीत होते. आपले

कशासाठी एवढे अभिनंदन होत आहे ते मला उमगत नव्हते. आज काहीतरी गोड बातमी कळणार एवढाच मी अर्थ घेतला. घाईने उठलो. आज पहिला तास होता. घाईगर्दीने घरातील व्यवहार उरकून कॉलेजात पोहोचलो. पोर्चमध्येच प्रा. जोशी भेटले. त्यांनी अभिनंदन केले. मी चक्रावून गेलो. स्वप्नाचा एवढ्या लवकर प्रत्यय येईल असे वाटले नव्हते. 'कशाबद्दल?' मी विचारतो तोपर्यंत आणखी तीन-चार जणांनी अभिनंदन केले.

"अरे पण कशाबद्दल?" मी विचारले.

"म्हणजे तुम्हाला कळले नाही?"

"नाही!"

"तुमच्या नाट्यलेखनाला राज्य पुरस्कार मिळाला!"

"कधी?" मी विचारले.

"हे काय. बातमी नाही वाचली?"

"नाही! बघू?"

महाराष्ट्र टाइम्सच्या पहिल्या पानावर राज्य पारितोषिकांची यादी प्रसिद्ध झाली होती. माझ्या 'स्वप्न रंगले राजूचे!' या बालनाट्यास राम गणेश गडकरी पुरस्कार रु. दोन हजार मिळाल्याचे ठळक अक्षरात छापले होते. एव्हाना बातमी सर्वत्र पसरली होती. हस्तांदोलनासाठी अनेक हात पुढे येत होते. अवघ्या दोन-अडीच तासात मला स्वप्नाचा वास्तव प्रत्यय येत होता. मी उल्हसित होऊन एम.ए.च्या वर्गात प्रवेश केला. तेथेही अनेक हात अभिनंदनासाठी पुढे आले.

माझ्या प्रथम प्रकाशनालाच एवढे मोठे यश मिळेल असे वाटले नव्हते. सुमारे तीन वर्षांपूर्वी हे पुस्तक पारितोषिकासाठी पाठविल्यानंतर मी विसरूनही गेलो होतो. मधल्या दोन वर्षात शासनाने पुरस्कार जाहीरही केले नव्हते. त्यामुळे हा विषय मनातही नव्हता. अभिनंदन व्हावे अशी कोणतीही पार्श्वभूमी नसताना ते स्वप्न पडले होते. अल्पावधीत साक्षात झाले होते... 'अवचिता परिमळु झुळकला अळुमाळु!' चा प्रत्यय माझ्या जीवनात आला आणि 'निळेपण' उधळून गेला.

... निळे हे व्योम । निळे हे सप्रेम । निळेपणे सम आकारले ।। असा प्रत्यय यावा असेच लागोपाठ तीन दिवस स्वप्नदृश्य अनुभवास येत होते. केवळ नीलाकाश! निरभ्र, निराकार, अथांग... ज्यात निळे

आकाश सामावून हरवून गेले असा नीलवर्ण... गहिरा गूढ! 'नवलाव गे माये नवल चोज । निळी निळिमा काज आकारले ॥' निळ्या रंगात सर्व अस्तित्व बुडाल्याचा भास देणारा नीलवर्ण. मला त्याचे वर्णन करता येत नाही. ज्ञानदेवांच्याच शब्दात ते वर्णन विसावते.

त्या काळात माझे मन खूप व्यग्र आणि व्यथित होते. आई खूप आजारी होती. गावाकडील शेताच्या व्यवहारात मोठा फटका बसला होता. तशात बहिणीच्या चमत्कारिक अनाकलनीय आजारपणामुळे तीही माहेरी विश्रांतीसाठी आली होती. आर्थिक ओढाताणीने अपमानित होण्याचे प्रसंग आले होते. वास्तवात सर्वत्र 'काळोखाची रजनी' असताना लागोपाठ तीन दिवस शीतल निळ्या निळाईचे दर्शन होत होते. आता आज चौथ्या रात्रीही निळिमा दिसणार या अपेक्षेने ईश्वराला नमस्कार करून निद्राधीन झालो.... आज निळ्या रंगावर सावळी छाया दिसली. मी निरखून पाहिले. त्या मिटलेल्या पापण्या होत्या... थोड्या वेळाने पापण्या अर्धोन्मीलित झाल्या आणि सावकाश उघडल्या. माशाच्या आकाराचे आकर्ण दीर्घ डोळे! कोरलेल्या प्रत्यंचेसारख्या भुवया... निळ्या पार्श्वभूमीवरील निळी सावळी सतेज कृष्णगोलके.. जगातील सर्व करुणा त्यात ओसंडून वाहात होती. अपार दयेचा व करुणेचा शांत शीतल प्रत्यय देणारे ते दोन सुनेत्र माझ्या अगदी जवळ-जवळ येऊ लागले. त्यांच्या विशाल अस्तित्वभासाने मी जागा झालो. उठून बसलो. माझ्या डोळ्यातून अश्रुधारा वाहत असल्याची मला जाणीव झाली. भोवताली अंधार होता. माझ्यापासून जेमतेम फूटभर अंतरावर ते दयार्द्र नेत्र अजूनही दिसत होते. त्या अपार सौंदर्याने मी भारावून गेलो. पाणावलेल्या डोळ्यांनी मी जागृतपणीही ते दृश्य पाहात होतो. त्या राजीवनेत्रातून मला एक आश्वासक करुणा अनुभवावयास मिळाली. एक अनामिक मानसिक बळ मिळाले. ह्या पराभूत मनःस्थितीतून आपण निश्चितपणे बाहेर येणार अशा विचाराने मी स्थिर झालो. ते सर्व प्रसंग मी धीराने घेतले. आज कधीही बिकट प्रसंगांना तोंड देण्याची वेळ आली की त्या करुणार्द्र राजीवनेत्रांची मला आठवण होते. त्यांना मी मनोमन आठवतो. चिदाकाशाच्या निळाईतून निळ्यासावळ्या आश्वासनाचा पुनःप्रत्यय घेतो. कोणत्याही लढाईला सिद्ध होतो.

ज्यांचे पूर्वज्ञान नाही अशा व्यक्ती प्रथम स्वप्नात दिसाव्यात आणि

नंतर त्यांची ओळख पटावी, जे मनात नाही, ते स्वप्नात दिसणे ह्या गोष्टी स्वप्नांविषयीच्या सर्वसामान्य सिद्धांताविरुद्ध आहेत. म्हणूनच त्यावर विचार करावासा वाटतो. भागवतात स्वप्नाला अज्ञानावस्था म्हटले आहे. स्वप्नातील घटनांना खरे मानणे म्हणजे अज्ञानच. स्वप्नाला अज्ञान म्हणायचे तर भविष्याची चाहूल देण्याचे ज्ञानावस्थेच्या एक पाऊल पुढे जाऊन सांगण्याचे कार्य वर्तमानातच कसे होते? तेही झोपेत! निद्रावस्थेत स्वान्तप्रवास सुरू होतो. मनाला 'स्वान्तम्' असे शतश्लोकीत म्हटले आहे. 'स्व' म्हणजे स्वत:चे. 'स्व'चा अन्त जेथे होतो तेथे मनाचा प्रवास सुरू होतो. 'स्व'चा विहार भूतकाळ आणि वर्तमानकाळातच होतो. बुद्धी त्याला साक्षीदार असते. भूत आणि वर्तमानाच्या आधारावर बुद्धी भविष्याचा केवळ अंदाजच बांधू शकते. अंदाज वर्तविण्यात 'स्व' असतो. परंतु भविष्याचा नेमका वेध घेणे, ते पाहणे हा केवळ मनाचाच गूढ प्रवास असतो. निद्रावस्थेत 'स्व' चा विसर पडलेला असतो. बुद्धीचा पहारा शिथिल झालेला असतो. मन मुक्त होते. भूत-वर्तमान-भविष्याचा ते प्रवास करू लागते. भूत-वर्तमान हे परिचित मार्ग आहेत; पण ते 'स्व'च्या नेणिवेच्या अंधाऱ्या गुहेत शिरून पाहू शकते. त्रिकालात विहार करणे 'स्वान्त'लाच शक्य होते. मनाची ही क्रीडा काही वेळा भविष्याचाही वेध घेते. ती मनाची दुर्लक्षित शक्ती आहे. जन्मांध असणारे गुलाबराव महाराज मन:चक्षूने संपूर्ण आळंदी पाहातात व अभंगबद्ध करतात. 'लक्षिजे दुरून सोन्याचा पिंपळ' म्हणून खाणाखुणा सांगतात. त्यांच्या मनाची शक्ती आश्चर्यकारक आहे. चर्मचक्षू थांबतात. मन:चक्षूंचे कार्य सुरू होते. मनाच्याच पटलावर...!

खरे तर मन आणि बुद्धी यांवरच जीवनव्यवहार चालतो. परंतु अध्यात्मवाद्यांनी बुद्धीची भलावण करून मनाला चंचल म्हटले आहे. मन हे पीडा देणारे, नको ते चिंतणारे, वाऱ्यासारखे, मन मुंगीएवढे... आकाशाएवढे.. जागेपणी स्वप्न पाहाणारे इत्यादींमधून मनाची निंदा करता-करता मनाच्या सामर्थ्याचेच वर्णन केले आहे असे मला वाटते, स्वप्न पाहाण्याचे सामर्थ्य मनाचे आहे, बुद्धीचे नाही! बुद्धी कुंठित झाली की मन स्वप्नमाध्यमातून मार्गदर्शन कसे करते याचे एक उदाहरण जगप्रसिद्ध आहे. 'केक्युले' हा नोबेल पारितोषिक विजेता रसायन शास्त्रज्ञ– याने बेन्झिनच्या रिंग स्ट्रक्चरचा जो सिद्धांत मांडला त्यात

त्याच्या स्वप्नदृष्टांताचा फार मोठा वाटा आहे. दृष्टांत म्हणजे जेथे 'दृष्ट'– पाहिलेल्या, पाहून अनुभवलेल्याचा वास्तवाचा जेव्हा उलगडा होत नाही अशा अंतिम अवस्थेला त्याचे स्पष्टीकरण समांतर कल्पनेने केले जाते. समस्येचा गाभारा ज्याने उजळून टाकला जातो असे उदाहरण, कल्पना इ. म्हणजे दृष्टांत. मनाच्या शक्तीने अशा 'प्रेमयांची उद्याने' करण्याचे सामर्थ्य म्हणजे दृष्टांत होय. शास्त्रज्ञ केक्युलेला असाच प्रश्न पडला होता. बेन्झिनचे स्ट्रक्चर मांडण्याच्या त्याच्या अखेरच्या टप्प्यात तो गोंधळून गेला. कार्बन हैड्रोजनचे अणू बॅलन्स कशी करावीत हे त्याला कागदावर मांडता येईना. त्याचा मेंदू थकला. बुद्धी कुंठित झाली. रात्रंदिवस प्रमेये मांडून थकलेल्या मेंदूने तो झोपी गेला. बुद्धी थकली होती पण मन थकले नव्हते. आता मनाच्या सामर्थ्याने ते आव्हान स्वीकारले होते. केक्युलेचे मन:सामर्थ्य त्याला स्वप्नसृष्टीत घेऊन गेले. तेथे प्रमेयांची मांडणी सुचेल असा स्वप्नदृष्टांत झाला. जगप्रसिद्ध 'रिंग स्ट्रक्चर'ची संरचना स्वप्नात जन्मली.

लागोपाठ दोन-तीन रात्री केक्युलेला स्वप्नात दिसले, एका सापाने आपलेच शेपूट तोंडात घेऊन शरीर गोलाकार केले आहे. सुरुवातीला याकडे त्याने दुर्लक्ष केले. नंतर त्याच्या बुद्धीने त्याकडे पाहिले... मनाच्या नजरेने! बुद्धी आणि मन वास्तवात नाही तर स्वप्नसृष्टीत सुसंवाद करू लागले. त्या सर्पाच्या गोलाकार शरीराच्या स्वप्नदृष्टांताचा अचानक उलगडा झाला. वर्तुळाकृतीत बेन्झिनची संयुगे बॅलन्स कशी होतील त्याचा मार्ग केक्युलेला सापडला. स्वप्नाचा अर्थ वास्तवात पुरेपूर उतरला. बेन्झिनचे 'रिंग स्ट्रक्चर' मांडले तर कार्बन हैड्रोजनचे अणू बॅलन्स होतील, हे मार्गदर्शन स्वप्नसृष्टीत झाले आणि वास्तवातील बुद्धीची कोंडी दूर झाली. जगाला 'ॲरोमॅटिक केमिस्ट्री'चे अद्‌भुतरम्य दार उघडले गेले. सुगंध, रंगद्रव्ये, पॉलिमर, परफ्यूम्सचे विलोभनीय जग प्रकट झाले. रसायनशास्त्रज्ञ केक्युलेला या संशोधनाने नोबेल पारितोषिक विजेता केले ते स्वप्नसृष्टीतील मार्गदर्शनाने! मन आणि बुद्धीचा सुरेख संगम– सुसंवाद– स्वप्नसृष्टीत झाला. बुद्धीचे कोडे स्वप्नसृष्टीत सुटले... असा दुर्मिळ योग कधी कधी जुळून येतो. ते ओळखणारे 'मन' असावे लागते. बुद्धीच्या मार्गावर चालणाऱ्या केक्युलेजवळ ते होते! त्यामुळे चमत्कार घडून आला.

एकदा मी स्वप्नातील मार्गदर्शनाकडे दुर्लक्ष केले त्याची गोष्ट!

माझे एका व्यक्तीकडे काम होते. काम महत्त्वाचे होते. काम करू शकणारी महत्त्वाची व्यक्ती परिचयाची होती. माझ्या वडिलांचे ते घनिष्ठ मित्र होते, माझ्या वडिलांना मानणारेही होते. प्रश्न एवढाच होता की, वडिलांना घेऊन त्यांच्या बंगल्यावर जायचे आणि विनंती करायची. पण तेच अवघड होऊन बसले होते. माझे वडील काही यायला तयार नव्हते. मला आश्चर्य वाटले आणि रागही आला. माझ्या वडिलांचे ते इतके जवळचे बालमित्र होते की, प्रत्येक सुखदु:खाच्या प्रसंगाला आम्ही एकमेकांना विसरत नव्हतो. त्यांना, मी आणि आम्ही सर्व कुटुंबीय आदराने व जवळकीच्या नात्याने 'आबा' म्हणून संबोधित होतो. नाही आले तात्या तरी चालेल. मी एकटा गेलो तरी हरकत नव्हती. मी तसे सांगितले.

''तू जाऊ नकोस. काम होणार नाही.'' वडिलांनी निक्षून सांगितले.

''का होणार नाही? त्यांच्याच हातात आहे.'' माझा आग्रह.

''काही वेळा जवळच्या माणसांना विनंती करून अडचणीत आणायचे नसते... तू जाऊ नकोस.'' वडिलांनी मला समजावण्याचा प्रयत्न केला, पण मी पुरता हट्टाला पेटलो होतो, वडिलांनी समजावणे सोडून दिले. मी जाण्याचा निश्चय जाहीर केला, त्याच रात्री मला स्वप्न पडले...

...मी बंगल्याच्या दाराबाहेरून बेल वाजवली. काकूंनी दार उघडले.

''आबासाहेब आहेत...?''

''हो आहेत ना. बैस.'' काकूंनी व्हरांड्यातील खुर्चीकडे बोट दाखवले. तिकडे दुर्लक्ष करून मी आत जाऊ लागलो. त्यांनी 'इथेच बैस' म्हणून सांगितले. मी बसलो. मला आश्चर्य वाटले. या घरात मला अगदी मुक्तपणे वावरण्याची मुभा होती आणि आज मी तिऱ्हाइतासारखा बसलो.

पंधरा मिनिटे...अर्धा तास... माझ्या येण्याची साधी दखल कुणी घेत नव्हते. मी आत डोकावून पाहिले. काका बाथरुममधून बाहेर येऊन डोके पुसत होते. त्यांनीही 'आलोच बैस' म्हणून हाताने खुणावून सांगितले. मी परत बाहेर बसलो. मी आता नाराज होऊ लागलो. थोड्या वेळाने मी घरात डोकावून पाहिले तर घर रिकामे होते. अगदी सामानसुमान

आवरून कुठेतरी बिऱ्हाड हलवावे तसे रिकामे होते. मी मोठ्याने हाक मारली 'काकूऽऽ!'

मला जाग आली. स्वप्नदृष्याने मला नामोहरम केले होते. एखाद्या कामाला नकारघंटा सुरू झाली की सर्व बाजूंनी होते. माझा उत्साहभंग झाला होता. तरी मी उसने अवसान आणून माझे स्नानादि उरकून जायला निघालो. काय होईल? नाही म्हणतील! माझ्या बुद्धीने मला समजावले, मनाची तयारी नव्हती. तरी गेलो. आणि त्याच अनुभवाची पुनरावृत्ती झाली. थोड्याफार फरकाने!

....दार उघडले गेले. व्हरांड्यात खुर्चीवर बसलो. "बैस. आत जरा पाहुणे आलेत! येतील इतक्यात!"

तास झाला! आतील गप्पांना ऊत आला होता. नाही म्हणायला, मोलकरणीच्या हातून कपभर चहा बाहेर मला पाठवला. मी बाहेर असल्याचे आत लक्षात आहे म्हणून समाधान वाटले. ते तितकेच! बाहेरचे जुने वृत्तपत्र वाचून झाले. मला आत डोकावण्याचे धाडस झाले नाही. मी तणतणत उठलो. चपला घातल्या. बाहेर पडलो. "कारे चाललास का? बरं ये असाच...!" काकू म्हणत होत्या. मी निघालो. ह्या उपेक्षेच्या अनुभवाची पूर्वसूचना मिळूनही माझ्या बुद्धीने मला गोत्यात आणले. संतापाने फणफणत मी घरी आलो. "भेटले का आबासाहेब?" वडील मला विचारत होते. मी काहीच बोललो नाही. त्यांनी काय घडले ते ओळखले असावे बहुधा!

नंतर मला कळले. आबासाहेब घरी येऊन गेले. मी घरी नव्हतो आणि वडिलांनी तो विषय काढला नाही. मीही परत तो प्रयत्न केला नाही. माझे 'ते' काम झाले नाहीच.

...मनी वसे ते स्वप्नि दिसे! हे तर खरेच. आपल्या मनातल्या अतृप्त इच्छेला स्वप्नसृष्टीत तृप्ती लाभते. ती खोटी तृप्ती असते. मनाला चुटपूटही लागते. स्वप्नसृष्टीत इच्छातृप्तीच्या दृश्याला आकार कसा मिळतो, तोच का मिळतो, याची रंगावृत्ती कोण तयार करतो? ते मात्र गूढ आहे. अशी स्वप्ने बालपणीचीच जास्त असतात. एक बालपणीचे स्वप्न आजही मला आठवते... गमतीदार!

...मला पुरणपोळी खूप आवडायची. आजही आवडते. पण बालपणीचा हव्यास आज राहिलेला नाही. त्यावेळची ओढ वर्णन करून सांगता येत

नाही. स्वप्नसृष्टीतील तिची अनुभूती सांगण्यासारखी आहे.

...कोणतेतरी हेमाडपंती बांधकामातील भव्य मंदिर! सनई-चौघड्याचे उत्साहवर्धक संगीत-नाद वातावरणात मांगल्याची भर टाकत आहेत. सभामंडपात कसलीतरी तयारी चालली आहे. गाभाऱ्यातून एका वेळी सात-आठ ब्राह्मण स्वाहाकाराचे मंत्र म्हणत आहेत. कोणतातरी यज्ञयाग चालला असावा, मी मंदिराच्या मागील बाजूस गेलो, तेथे पाच-सहा बल्लव स्वयंपाक करीत होते. मोठमोठी चुलाणी आणि त्यावर विविध पदार्थ शिजवले जात होते. एका कोपऱ्यात तीन-चार बल्लव भल्या मोठ्या पोळपाटांवर पुरणपोळ्या लाटत होते. एकजण भल्या मोठ्या तव्यावर एकावेळी चार-चार पोळ्या भाजत होता. शेजारी परातीत गरम पुरणपोळ्यांच्या पन्नास-पन्नास पोळ्यांच्या असंख्य चळती लागल्या होत्या. शेजारी दगडी कुंड होते. ते साजूक तुपाने भरले होते. एक बल्लव दोन्ही हातांनी पोळी उचलून तुपाच्या कुंडात बुडवून निथळत्या पोळ्यांच्या चळती करत होता. त्याचे माझ्याकडे लक्ष गेले. मी अनिमिष नजरेने पाहात होतो. माझे जेव्हा त्याच्याकडे लक्ष गेले त्यावेळी मंद स्मित करत तो मला म्हणाला–

"खायच्या का तुला?"

मी काहीच बोललो नाही.

"अरे, खाणार का?" त्याचा आवाज प्रेमळ होता. मी होकारार्थी मान डोलावली.

"बैस इथंच!"

मी तिथेच बसलो. त्याने माझ्यासमोर मोठी थाळी ठेवली. एक पोळी घेऊन तुपाच्या कुंडात बुडवली. तुपाने थबथबलेली पुरणपोळी माझ्या थाळीत टाकली.मी एकामागून एक खात होतो. तो पोळ्या टाकत होता. मी खातच होतो.

आता गाभाऱ्यात ठण्ण् ठण्ण् ठण्ण् ! घंटानाद होऊ लागला. सभामंडपात बरीच गर्दी जमली असावी, कारण शंभरएक हात टाळ्यांची साथ देत होते.

...जाग आली तेव्हा सकाळचे सहा वाजले होते. घड्याळाचा गजर वाजत होता. शनिवारची सकाळची शाळा होती. मी आईला माझे मस्त स्वप्न सांगितले, तशी आई ओरडली, 'हात् मेल्या! नैवेद्याअगोदरच

खात होतास... दळभद्री लक्षण! दुसरं काय?'

आईच्या दृष्टीने ते दळभद्री स्वप्न मला आजही अत्यंत सुलक्षणी, आनंददायी, तृप्तीची अनुभूती देणारे वाटते.

माझ्या पुरणपोळीची आवड स्वप्नात असे गमतीदार रूप धारण करून दिसेल, असे स्वप्नातही वाटणार नाही.

या स्वप्नातील स्थल, काल, पात्रे यांची निर्मिती अनाकलनीय आहे. पूर्वी माझ्या मनात कधीही न दिसलेली पात्रे मला पाहायला मिळाली. त्यांचा संबंध कोठेतरी नेणिवेच्या पोतडीत असेल... असतोही! विस्मृतीत गेलेले तुकडे एकत्र होऊन त्याचा एक अनाकलनीय संदर्भ तयार होतो आणि तो सुप्त इच्छा तृप्त करतो. अशा प्रकारची सामान्य स्वप्ने नित्य अनुभवाचे विषय आहेत. त्याने कोणतीही सूचना मिळत नाही. देहबुद्धीच्या पृष्ठभागावर ती तरंगत असतात इतकेच!

... मी आमच्या गावच्या हवेलीसमोर उभा होतो. ही हवेली आमची होती. कधीकाळी तेथील वैभव कसे असेल असा माझ्या मनात नेहमी प्रश्न येई. गाव मोठे सुंदर! गावाची चिरेबंदी वेस, वेशीबाहेर भला मोठा पार, पारावरचा जुना-पुराणा वड-पिंपळ, वेशीलगत मारुती मंदिर, व्यायामशाळा, चावडी आणि चावडीपुढे भली मोठी दुमजली हवेली! लिलिपुटच्या देशातील सिंदबादसारखी! छोटी गढीच! पुणे-नगर मार्गावरून प्रवास करताना एस.टी.तून नजर टाकली की उठून दिसणारी, अनामिक हुरहूर जागी करणारी... काहीतरी गमावल्याची जाणीव! पण त्या दिवशी मी हवेलीमसोर उभा होतो... त्रयस्थासारखा! आईनेच ओळख दाखवू नये तशी ती हवेलीही रुसल्यासारखी!... तरी प्रकाशाने उजळली होती. प्रमुख दारावर.... चिरेबंदी ओट्यावर दोन बाजूला पहारेकरी होते. असंख्य दिव्यांची... पणत्यांची, झळाळत्या हंड्या-झुंबरांची रोषणाई! तटबंदीसारख्या रुंद भिंतीवरही भालदार... अंतराअंतराने उभे होते. नोकर-चाकर आत बाहेर लगबग करत होते. भरपूर वर्दळ होती पण गोंधळ नव्हता. अंधाऱ्या रस्त्यात मी उभा! थोड्या अंतरावर... इतक्यात एका पहारेकऱ्याला काहीतरी संशय आला. त्याने मला हटकले.

“ए! काय पाहिजे?”

“काही नाही!” मी, आता थोडा भ्यायलेलो.

“दूर हो! इथे उभा राहू नको.” त्याने बजावले. मी दूर झालो.

कुणीतरी तोडून दूर फेकल्यासारखा! आईने मांडीवरून उचलून जमिनीवर ठेवावे तसा! माझ्या डोळ्यातून अश्रुधारा वाहू लागल्या. मी स्फुंदून स्फुंदून रडू लागलो. जाग आली तेव्हाही... प्रत्यक्षात आल्यावर रडतच होतो. डोळ्यातून अश्रू वाहत होते. चेहरा अश्रूंनी भिजला होता.

हवेलीचे वैभव कसे असेल... काही तरी जवळचे सुख आपण गमावले... उपेक्षा... कालचक्रापुढील असाहाय्यता... ह्या अशा आणि अशासारख्या अनेक धाग्यांनी एक संदर्भचित्र तयार झाले. जाणिवेने नाकारलेले... नेणिवेच्या गुहेत सुप्त स्थितीत पडून राहिलेले अनेक धागे.... फिल्मचे तुकडे... जोडले जातात आणि एक चित्र तयार होते. कधी ते आकाशातील पांगलेल्या ढगांसारखे विरविरीत... हेतुशून्य... शुष्क! तर कधी सूर्यकिरणांच्या किमयेने अनेक रंगांची उधळण करीत मन:पटलावर उमटलेले. पाहात राहावेसे वाटणारे... निरिच्छ संध्यारागासारखे नाहीतर उत्साही झुंजूमुंजू झाल्यासारखे! काहीवेळा टळटळीत– दुपारचे चटके देणारेही! भास... आभासाची चक्रावून टाकणारी मयसभा! फसवी तृप्ती! काम्यकवनातील थाळी! स्वान्तसृष्टीतच शोभणारी!

पण हा वरवरचा प्रवास असतो. हजारो वर्षे सागराच्या तळाशी अस्पर्श... अज्ञात... अद्‌भुत सृष्टीत पाणबुड्याने जावे आणि तेथील पोवळी... मोत्यांची शिंपली घेऊन वर आणून दाखवावीत. आपण त्या विशाल सागरतळाचे चिमुकले साक्षीदार साश्चर्य नजरेने पाहावेत. असे स्वप्नदूत क्वचितच भेटतात... तो स्वान्तप्रवास.... अज्ञाताचे पसायदान लाभण्याला तो अनामिक स्पर्शच व्हावा लागतो....! मन आणि बुद्धीच्या सुसंवादाचा!

स्वान्त प्रवासात मला एकदा आईचा प्रसाद मिळाला. स्वान्त: प्रवासाचा तो अनुपन्यास आजही मनात ताजा आहे. चहूबाजूंनी घेरून आले, आता पराभवाच्या व अपमानाच्या खाईत आपण कोसळणार... अशी काळजी अवस आली की, अवेळी पैलतीरावर देहातीत निळ्यासावळ्याचा पावा घुमू लागतो. संध्या रागात अस्तित्वाचा दिनकर रजतरश्मींना निमंत्रण देऊन बुडी मारतो. स्वान्त:सुखाचा प्रवास सुरू होतो. स्वान्त सु-'ख' मनाचे सुलक्षणी आकाश अरूपाचे रूप दाखवू लागते....

१९८० च्या एप्रिल महिन्यातील एका संध्याकाळी मला एकाएकी

पाठीच्या कमरेजवळील मणक्यात वेदना होऊ लागल्या. मी उठून उभा राहू लागलो तो लक्षात आले की पायांमधील शक्ती निघून गेली आहे. मला उभे राहाता येईना. नैसर्गिक विधीसाठी अक्षरश: सरपटतच बाथरुममध्ये गेलो. डॉक्टरांना घरी बोलावले. त्यांनी रात्रीपुरते औषध दिले... झोपेतून उठल्यावर तर मला बिछान्यावरून उठून बसणंही अशक्य झाले. वेदनांचा जोर आता रात्रीपेक्षा वाढला होता. दोन्हीही पाय कामातून गेले होते. लहान मुले... पत्नी... नातेवाईक यांच्या चेहऱ्यावरील चिंता पाहून मलाही काळजी वाटू लागली. अपंगाचे जिणे आपल्या अदृष्टात वाढून ठेवले की काय... या कल्पनेने माझ्या हृदयाचे पाणी पाणी झाले. हॉस्पिटलमध्ये माझ्यावर उपचार चालू होते. न्यूरोसर्जन, ऑर्थोपेडिक सर्जन आणि वेगवेगळे फिजिशियन्स पाहून गेले. मला कॉटखाली उतरता येत नव्हते. दहा-पंधरा दिवस असेच गेले. पुण्याला रुबी नर्सिंग होममध्ये नेण्याचे ठरत होते. माझे पाय गेल्याची वार्ता आतापर्यंत सर्वत्र पसरली होती आणि भेटायला येणाऱ्यांची रांग लागली होती. त्यामुळे मी आणखी निराश झालो. आपले काही खरे नाही! उर्वरित आयुष्य पांगळे झाले. खूप नैराश्य आले. मनोमन प्रार्थना करू लागलो. जप करू लागलो. सर्व बाजूंनी पराभव व अपमानाचे परावलंबी जीवन दिसू लागले. माझा निळा सावळा सखा हाच अखेरचा उपाय होता... सौ. मालूनेही त्याला साकडे घातले.

मला वाटते ज्या दिवशी पुण्याला हलविणार होते त्या पहाटे कुणीतरी माझ्या पाठीवरून मोठ्या प्रेमाने हात फिरवत होते, त्या स्पर्शात मला अपार वात्सल्य जाणवले. मी डाव्या कुशीवर झोपलो होतो. कॉटवरच उजवीकडे वळून पाहिले तर आई उभी होती. थोडी वाकून ती माझ्या पाठीवरून हात फिरवत होती. "काय झाले बघू तुझ्या पाठीला?" तिने विचारले.

"अग आई, मी पांगळा झालो!" मी म्हणालो.

"पाहू तुझी पाठ! ऊठ! उठून बैस." आई म्हणाली.

"मला उठताच येत नाही!" मी असाहाय्यपणे म्हणालो.

"येईल! ऊठ! उठून बैस. मी धरते..." तिचे आश्वासक शब्द.

मी निमूटपणे तिच्या आधाराने उठून बसलो. माझे मलाच आश्चर्य वाटले. तिने माझा बनियन वर केला. पाठीवरून हात फिरवीत ती

म्हणत होती, 'कुठे काय! काही झाले नाही तुला!' तिच्या स्पर्शातून मी अपार वात्सल्याचा-मायेचा पुन:प्रत्ययाचा आनंद पुरेपूर अनुभवत होतो. त्यातून माझी पाठ आता दुखतही नव्हती. मी डोळे उघडले तेव्हा अंथरुणावर उठून बसलेला होतो! माझ्या रूमच्या खिडकीतून मला आकाशात पहाटेची चाहूल दिसू लागली होती. समोरच्या कॉटवर माझ्या सोबतीला आलेली पत्नी शांत झोपली होती. मी तिला हाक मारली. मला कॉटवर उठून बसलेले पाहून ती घाईने उठून माझ्याजवळ आली. "अहो उठला कशाला? थांबा! बेडपॅन आणते."

"मला आता बरे वाटते. मी टॉयलेटमध्ये जाऊ शकेन!" मी पत्नीला म्हणालो. माझ्यात अनामिक शक्ती व आत्मविश्वास संचारलेला पाहून तिलाही आश्चर्य वाटले. तिच्या चेहऱ्यावर आनंदाची सूक्ष्म छटाही मला दिसली. तिने मला आधार दिला. मी टॉयलेटला जाऊन आलो. माझ्यात एवढ्या वेगाने सुधारणा कशी झाली याचे डॉक्टरांनाही आश्चर्य वाटले.

"बरं वाटत असलं तरी पडूनच राहा!" त्यांच्या सल्ल्याप्रमाणे पुढे दोन दिवस मी पडून होतो. ते राऊंडला येत तेव्हा मी उठून चालूनही दाखवीत होतो. मी घरी जाण्याची परवानगी मागितली.

अनेक अटी व सूचना घेऊन मी घरी आलो. अर्धी बादलीही किंवा अन्य जड वस्तू उचलायच्या नाहीत. जोराने चालायचे नाही. एकदम उठायचे नाही. स्कूटर बंद करायची... एक ना अनेक 'सूचनावजा अटी' मी महिनाभर पाळल्या. पुढे नवी स्कूटर घेतली. बिनधास्त चालवू लागलो. रोजचे पाणी भरण्याचे काम मी स्वीकारले. जड वस्तू उचलू लागलो. मला काहीच झाले नसल्यासारखे मी वावरू लागलो. माझ्या शरीरात रोगाची नामोनिशाणीही राहिली नव्हती. दिवंगत आईच्या स्वप्नातील स्पर्शाने मला संजीवनी मिळाली. आजही तो कृपाप्रसाद मी अनुभवतो आहे. एकसष्ठाव्या वर्षीही माझ्या पाठीचा कणा ताठ आहे. कारण अपार वात्सल्याची संजीवनी त्या स्वप्नानुभवाची साक्ष म्हणून माझ्या पाठीला वज्रदेही करून गेली.

बा. भ. बोरकरांची 'माय गांधारी' मला नित्य आठवते...

'जसा जन्मलो तसा गे,
तुझ्यापुढे उभा ठेलो ।
सर्व लज्जा, अहंकार
स्वये ओलांडून गेलो ।
काढ डोळ्याचे बांधप
मला सारा पुरा पाही ।
आणि उभाच जाळून
करी मला वज्रदेही!'

अदृष्टात गेलेल्या माझ्या आईने दृष्टीवरील काळाचे बांधप काढून गांधारीच्या मायेने पाहिले आणि मला वज्रदेही करून ती गेली!

स्वप्नातही शक्य नाही असा अमृतानुभव स्वप्नातूनच अळुमाळु झुळकला. देह आणि मन यांचे जगणे समांतर आहे असे म्हणतात. चंद्र पृथ्वीचाच एक तुकडा आहे! अवकाशात जाऊन त्याने पृथ्वीला वेड लावले. तेथून तो पृथ्वीला चांदण्याने न्हाऊ घालतो आणि एक मोहजाल पसरवतो. हृदयाला आकाश का म्हणतात ते मला अचनाक उमगले. 'चंद्रमा मनसोजात:।' चंद्राचा जन्म मनापासून झाला आणि त्याने देहाशी असे रहस्यमय नाते जोडले. देह आणि मन यांचे जगणे वास्तवसृष्टीत समांतर असेल; पण स्वप्नभूमीवरील हृदयाकाशात त्यांचे अनामिक नाते प्रकटते असे.... निळेसावळे... कधी-कधी!

देहाला अचंबित करणारे....!

◆

एक विसावा

प्रतिभा रानडे

सगळ्यांप्रमाणेच मलादेखील स्वप्ने पडतातच. चांगली आणि वाईट. दोन्ही प्रकारची. मनाला प्रसन्न करणारी तशीच मनाला धसका देणारीही. कधी माझ्या निकटची, ओळखीची माणसं, ओळखीचा परिसर स्वप्नात येतो तर कधी माणसं, परिसर सगळंच अनोळखी. अशा वेळी ती माणसं कोण? ते ठिकाण कोणतं? यांचा शोध घेण्यासाठी आपल्या मनाच्या खोल तळाशी साठून असलेल्या आठवणींचे माणिकमोती परत परत तपासून पाहायचा मजेदार चाळा चालू होतो. ओळख पटली की आश्चर्य आणि आनंद वाटतो.

तसंच बहुतेक वेळा माझी स्वप्नं रंगीतच असतात. म्हणजे स्वप्नातील माणसांचे रंगरूप, त्यांचे कपडे, भोवतीच्या परिसरातील वस्तू, झाडंझुडुपं, आभाळ, प्रकाश. सावल्या सगळे आपापले रंग घेऊनच स्वप्नात येतात, अर्थात सगळीच स्वप्नं रंगीत असत नाहीत तर निरंगीही असतात. पारव्या रंगाची, सावलीसारखी, त्यातील माणसं, वस्तू, वातावरण पारदर्शक असल्यासारखं, हल्लक. काही स्वप्नं इतकी स्पष्ट आहेत की कितीतरी वर्षे उटलून गेली तरी ती अजूनही आठवतात. आनंद देतात. अस्वस्थही करतात. पण स्वप्न अस्पष्ट असले तर चुटपुट लागून राहते. अशावेळी स्वप्नातून जाग आल्यानंतर, एखाद्या लहान मुलानं आपल्या हातातलं लॉलीपॉप परत परत चविष्टपणानं चोखावं त्याप्रमाणे पुन्हा पुन्हा ते स्वप्न आठवून पाहाण्याचा, त्यातले अस्पष्ट, सुटलेले दुवे शोधण्याचा खेळ खेळण्याची मजाही वाटते. ते निसटतं स्वप्न हातात धरून ठेवावसं वाटतं. काही काही वेळा तर स्वप्न चालू असताना अचानकच जाग येते. तेव्हा फार बेचैन वाटतं. पुन्हा एकदा डोळे गच्च मिटून अर्धच

राहिलेलं स्वप्न पुरं व्हावं म्हणून तुटलेला स्वप्नाचा धागा पुन्हा जोडून घेण्याचा कितीही प्रयत्न केला तरी व्यर्थ. ते तुटलेलं स्वप्न पुरं होतच नाही. मग विचित्र चाळा मनाला लागतो की त्या स्वप्नात पुढे काय होणार होतं? काय होऊ शकलं असतं? असं असं...? की तसं.. तसं..? छे; पण ते स्वप्न हातातून निसटूनच जातं.

स्वप्नं पाहात पाहातच आपण लहानाचे मोठे होत असतो. पण पहिल्यांदा स्वप्न कधी पडलं? कशाबद्दल पडलं ते काही आठवत नाही. मला तरी नाहीच आठवत. तसं आठवणं कठीणच आहे म्हणा. बहुधा आपण धडपडलोय, पडलोय, कोणीतरी आपल्याला रागे भरतंय किंवा आपण खेळतोय असंच असणार म्हणा. पण एक मात्र नक्की आठवतंय की अगदी लहानपणी कितीतरी दिवस मला एक सवय होती की बरेचदा सकाळी उठल्या उठल्या आईसमोर उभी राहून मी म्हणायची, "आई, ग एक गंमत आहे. काल मला स्वप्न पडलंय. सांगू?"

आई म्हणायची, "सांग. पण अगोदर दात घासून ये. मग."

ते दात घासण्याचं प्रकरण एकदा कसंबसं उरकलं की आई कितीही कामात असली तरी माझं स्वप्न ऐकून घ्यायची. अगदी सहनशीलतेनं. कारण दात घासण्याच्या, खळखळून चुळा भरण्याच्या नादात– ते काम तर करायलाच पाहिजे नाहीतर आई परत पाठवणार – स्वप्नातले काही दुवे मी विसरूनच जायची. मग, "हं... तर काय झालं.... मग काय झालं" करीत आठवायचा प्रयत्न करीत सांगायची. आपलं काम करता करताच आई मात्र – "हो का? ...अगोबाई..." असं काहीबाही म्हणत सगळं शांतपणाने ऐकून घ्यायची.

काही दिवसांनतर ध्यानात आलं की धाकट्या भावंडांनाही स्वप्नं पडताहेत. का कोण जाणे पण मला आश्चर्यच वाटलं होतं. मग मी आईला विचारलं, "आई, तुलाही स्वप्नं पडतात का?" ती 'हो' म्हणाली. मग अप्पांनाही विचारलं तर तेही 'हो' च म्हणाले. तेव्हाही आश्चर्य वाटलं की मोठ्या माणसांना स्वप्नं कशी पडतात? पण बरंही वाटलं की चला, सगळ्यांनाच स्वप्नं पडतात; पण त्यांना कुणाची स्वप्नं पडत असतील? असं वाटलं तेव्हा मी सहा-सात वर्षांची असेन.

आईप्रमाणेच माझ्या मुलांची स्वप्नंही मी उत्सुकतेनं ऐकून घ्यायची. सकाळी उठल्यावर दूध घेताना, चहा-कॉफी घेतानाचा तो एक छानसा

कार्यक्रमच असायचा. अर्थातच रोजच्या रोज नाही पण बरेचदा. मला आवडायचा तो कार्यक्रम; पण एकदा मुलं बालवाडीतून शाळेत जाऊ लागल्यावर तो कार्यक्रम बंदच पडला. साखरझोपेतून मुलांना ओढून काढून, तयार करून साडेसातपर्यंत शाळेच्या बसथांब्यावर उभं राहायला लागल्यानंतर स्वप्नंबिप्नं सगळी विरून जायला लागली. आजकालच्या शिक्षणपद्धतीमुळे मुलांचं-पालकांचंही जे काय विविध अंगांनी नुकसान झालंय ते झालंय, त्याशिवाय ही जी पाच दहा मिनिटांची साखरवेळा होती ती संपलीच. आपापल्या स्वप्नांची देवाणघेवाण करण्यात मायलेकरांमध्ये एका वेगळ्याच पातळीवरचा, अद्भुततेचा, कोवळिकतेचा, मनातील शंकाकुशंका, अनामिक भय यांचाही सैरसपाटा व्हायचा. निवांत जवळिकतेचा अनुभव यायचा. शाळेच्या, अभ्यासाच्या धबडग्यात मुलं स्वप्नं विसरूनही जातात. शिवाय दुपारी-संध्याकाळी होमवर्क, क्लास यांचा ताण असताना स्वप्नं विरून जातात. कोवळ्या वयात पडणाऱ्या स्वप्नांची गंमत, कसलीतरी धास्ती, उत्सुकता, आनंद यातील रोमांचकारिकता निघूनच जाते.

अगदी अलीकडेच चार-पाच वर्षांपूर्वीची गोष्ट आहे. माझा साडेतीन चार वर्षांचा नातू कधी नव्हे तो भल्या सकाळीच उठला आणि येऊन माझ्या कुशीत शिरत भरल्या गळ्याने हात टाकून म्हणाला, ''आजी गं, मला वाटलं तू गेलीस मुंबईला.''

''का रे? मी तर आहे इथंच?'' त्याला थोपटत मी म्हटलं.

''पण अगं, मी निजलो होतो तेव्हा मला दिसलं की तू हातात बॅग घेऊन गेलीस असं...''

''अरे, ते स्वप्न होतं. निजल्यानंतर बंद डोळ्यांना जे दिसतं ना त्याला म्हणतात स्वप्न. पण ते काही खरं नसतं, तेवढ्या वेळापुरतं खरं वाटतं.''

त्याला नवलच वाटलं. पण तो अस्वस्थ झाला. नव्यानंच अंक मोजायला शिकला होता म्हणून शंभर दिवस राहायचं वचन त्यानं माझ्याकडून घेतलं तेव्हा कुठे आमचा हा साखरसुखसंवाद संपला.

स्वप्न पडत असतं तेव्हा ते खरंच वाटत असतं हीच त्याची गंमत आहे. स्वप्न पडत असतं तेव्हा आपण ते आयुष्य जगतच असतो. तेच आपलं वास्तव असतं. त्यातील सुख-दुःख आपण त्या वेळेपुरती

खरीखुरीच उपभोगत असतो. जाग आल्यानंतर त्या चकव्यातून सुटका होते.

काही काही वेळा मात्र लोकांची स्वप्नं खरी ठरतात. त्यांना त्यांच्या स्वप्नांमधून भविष्याची चाहूल लागते, आदेश मिळतात. आईच्या बाबतीत हे अनेक वेळा घडलेलं आहे. गांधीजींचा खून झाला त्यावेळी आमच्याकडे रडिओ नव्हता. फोन नव्हता. त्यामुळे दुसऱ्या दिवशीचं वृत्तपत्र येईपर्यंत खून कोणी केला हे कळायला मार्ग नव्हता. पण त्याच रात्री आईला स्वप्न पडलं की आमच्याच घरातलं एक पुस्तक जळतं आहे. सकाळी उठल्यावर आई अप्पांना म्हणाली, "हे स्वप्न चांगलं नाही. पुस्तक जळणं ही गोष्ट चांगली नव्हेच. कोणत्या तरी अरिष्टाची चाहूल आहे ही!" खरंच होतं ते. स्वप्नातही ज्ञानकोशकाराच्या घरचं पुस्तक जळणं ही गोष्ट वाईटच आणि ते खरंच ठरलं. दुपारपर्यंत अप्पांचं ज्ञानकोशाचं ऑफीस आणि आमच्या घरातलं सगळं सामान आगीच्या भक्ष्यस्थानी पडलं. नेसत्या वस्त्रानिशी आमचं कुटुंब निर्वासित झालं.

त्यानंतरचा काळही अतिशय कष्टांचाच होता. सर्वच बाजूंनी कोंडी झाली होती. त्यावेळी आईच्या काही मैत्रिणी तिला सांगत, "तुम्ही अमूक देवाला नवस बोला. तमूक देवाला नवस बोला. अगदी जागृत दैवत आहे. बांगडी उतरवून ठेवा." त्यांचं हे बोलणं ऐकून आई फार कावरीबावरी व्हायची. पण ती कोणताच नवस बोलतही नव्हती. बांगडी उतरवून ठेवणं याचा अर्थ आपलं सौभाग्य त्या देवाकडे गहाण ठेवणं. हा अर्थ दहा वर्षांच्या मला तेव्हा माहीत नव्हता; पण आईचा अस्वस्थपणा कळत होता. मला वाटलं, आई नवस का नाही बोलत? नवस बोलली तर देव सगळं पटकन् नीट करून देईल. मी तसं आईला म्हटलंदेखील. तर आई म्हणाली, "नवस बोलणं एवढं सोपं नसतं. एकतर तुमची पूर्ण श्रद्धा हवी तशी. नाहीतर उगाचच नवस बोलण्यात अर्थ नाही. शिवाय मी नवस बोलले आणि तो फेडता आला नाही तर? आपली ही स्थिती परमेश्वराने निर्माण केलेली नाही. आजूबाजूची परिस्थिती त्याला जबाबदार आहे. ती बदलली की आपली स्थितीही बदलेल. त्यासाठी देवाला कशाला भरीस घालायचं?" ती असं म्हणाली होती, तरी तिची अस्वस्थता कमी होत नव्हती.

अशावेळी तिला स्वप्न पडलं की ती घरातल्या कोनाड्यातील

देवांसमोर उभी आहे, देवांकडे टक लावून पाहते आहे. तेव्हा तिथे एक सवाष्ण बाई येऊन आईच्या शेजारी उभी राहिली. बाई सुरेख, नाकात नथ घातलेली, कपाळावर मोठं कुंकू, डोक्यावर पदर अशी. देवघरातील लंगड्या बाळकृष्णाकडे बोट करून ती आईला म्हणाली, ''तुझा याच्यावर विश्वास आहे ना? याला तू मानतेस ना? मग दुसऱ्या कुणाकडे जायची तुला आवश्यकताच नाही.''

हे स्वप्न मला सांगून आई म्हणाली, ''आता माझ्या मनात कसलीही शंका राहिली नाही. माझा बाळकृष्णच मला सगळ्यातून तारून नेईल.'' स्वप्नात आलेली ती बाई कोण होती? आई म्हणाली, ''नक्की सांगता येत नाही. महालक्ष्मी असेल किंवा मनुताई (माझी मोठी मावशी) असेल; पण कोणी का असेना? माझी शंका फिटली आता.'' आईप्रमाणेच त्यावेळी माझाही जीव शांत झाला होता. काही काळानंतर आम्ही त्या सगळ्या अनिष्ट काळातून बाहेरही पडलो होतो. आता विचार करताना वाटते की नवसाबद्दल आईची अंत:प्रेरणाच तिला स्वप्नरूपानं दिसली असावी.

एकदा मात्र तिच्या या स्वप्न पडण्याचा अगदी वेगळाच अनुभव आला. तेव्हा आम्ही दिल्लीला होतो. एका माउंटेनिअरिंग इन्स्टिट्यूटचं काम होतं म्हणून मुकुंदाला त्यांच्या टीमबरोबर हिमालयामध्ये आत दूरपर्यंत जायचं होतं. गोमुखला. तिथल्या पर्वताच्या कुशीतून गंगेची धारा महाप्रचंड वेगाने बाहेर पडते, आपल्याबरोबर भले मोठमोठे बर्फाचे खडक बरोबर घेऊन. गिर्यारोहण करणाऱ्यांव्यतिरिक्त तिथं कोणी क्वचितच जातं. मुकुंदाबरोबर आम्हीही जायचं ठरवलं. दहा वर्षांची मंजू, आठ वर्षांचा जयदेव आणि सहा वर्षांचा सौमित्र यांच्या उत्साहाला उधाण आलं होतं. कारण हिमालयात जायचं होतं. गंगोत्रीपर्यंतचा बसचा प्रवास संपल्यानंतर नऊ दहा हजार फुटांवरच्या, ठिसूळ हिमालयातून सोळा किलोमीटर्स अगदी अगदी चिंचोळ्या पायरस्त्यावरून चालत जात होतो. धरणी आणि आभाळामधला उग्र, सुंदर निसर्ग पंचेंद्रियांनी पिऊन घेत होतो. एका मागोमाग चालता चालता जयदेव आणि मी सगळ्यात पाठीमागे रेंगाळत जात होतो. वाटेत दिसणारे वेगवेगळ्या आकाराचे, रंगांचे दगडगोटे, भूर्जपत्र वगैरे झाडांच्या साली, रंगीबेरंगी विचित्र आकारांची सुकलेली जाळीदार पानं, फुलं आणि शुष्ककाष्ठाचे

नमुने गोळा करून माझ्या खांद्यावरच्या पिशवीत टाकत होतो. शुष्ककाष्ठ म्हणजे वर्षानुवर्षे पाण्याच्या प्रवाहात डुंबून, वाहून जाताजाता गुळगुळीत आणि टणक झालेल्या, निरनिराळ्या आकाराच्या झाडांच्या, छोट्यामोठ्या शुष्क काटक्या, फांद्या. किती सुंदर, विलक्षण आकार त्यांचे! त्यांना घासूनपुसून, खरवडून, नको तो भाग तोडून टाकून, त्यातून सुंदर काष्ठ कलाकृती तयार करता येतात. असे शुष्ककाष्ठ काही तुरळक जागीच मिळते. म्हणून त्यांचा सोस.

चालता चालता पाहिलं तर उजव्या हाताच्या उतारावर एक सुंदर आकाराचं शुष्ककाष्ठ पडलं होतं. त्या खालच्या शेकडो फुटांवरच्या गंगेचा घनघोर आवाज घुमत होता. गंगेचा प्रवाह दिसत तर नव्हताच. मागचा पर्वत वळणावळणाने वर चढत गेला होता. आणि त्याच्या मध्यभगी उभे राहून जयदेव आणि मी त्या शुष्क काष्ठाकडे पाहात उभे होतो. त्याला कसं मिळवायचं? जयदेव म्हणाला, "आई, मी जमिनीवर पालथं पडून पुढे सरकून, हात लांब करून त्याला ओढून काढतो. तू धर मला मागून." मी तरी इतकी वेडी की हो म्हटलं. पुढे वाकून मी पालथा झालेल्या जयदेवचा कमरेवरचा पॅन्टचा पट्टा मागून घट्ट धरला. तो पुढे सरकला... आणखी थोडा पुढे... मी देखील आणखी पुढे झुकले. आमच्या खालचे दगडगोटे, माती खाली सरकू लागली. जयदेवचा पट्टा घट्ट धरून मी म्हटलं, "घाबरू नकोस हं. मी घट्ट धरलंय तुला." दोघं तसचे जमिनीला चिकटून राहिलो. जयदेवने हात पुढे पुढेच करून त्या लाकडाचं टोक पकडलं. 'हं' म्हणाला. मग मी त्याला हळूहळू वर ओढून घेतलं. आमच्या खालची माती, दगडगोटे घरंगळत खाली जात होते. मग तिथेच पायवाटेच्या रस्त्यावरच आम्ही मातीत बसकण मारली. जयदेवच्या हातातील शुष्ककाष्ठ लक्ष देऊन बघितलं. हे...ते.. काढून टाकलं की त्यामध्ये लपलेला, पंख पसरलेला गरूड स्पष्ट दिसला. केवढा आनंद झाला. "एवढे कष्ट घेतलेस त्याचं सार्थक झालंय." जयदेवला मी म्हटलं.

उत्तुंग हिमालय, त्याच्या माथ्यावरचं अपरंपार आभाळ, पायथ्याची संतत खळखळणारी गंगामैया, तिच्या भोवतीचं अनुपम सुंदर, रंगीबेरंगी, सुंगधी फुलापानांनी डवरलेल्या झाडापेडांचं अरण्य... हे सगळं वैभव मनसोक्त पाहून, मनात कोरून ते अडनिड्या आकाराचं शुष्ककाष्ठ

सांभाळत सांभाळत दिल्लीला परत आलो. तर आईचं पत्र येऊन पडलं होतं. तिनं लिहिलं होतं, “जयदेवला सांभाळ. जप. फार दांडगोबा आहे तो. त्याला कुठे माळ्याबिळ्यावर चढू देऊ नकोस. तो कुठून तरी वरून खाली खोल पडतोय असं स्वप्न पडलंय मला.” पत्र वाचता वाचता माझ्या हातापायातलं बळ गेलं. त्या तिथं हिमालयात जयदेव आणि माझ्या अंगाखालची माती आठवली. ती तशीच खालीखालीच सरकत राहिली असती तर? माझ्या हातातून जयदेवच्या कमरेचा पॅन्टचा पट्टा सुटला असता तर? तुटला असता तर? माझ्या पायांखालच्या दगडगोट्यांवरून मीच घसरून पडले असते तर? हा जर-तरचा विचार जिवाचा थरकाप करत होता. आई उगाच काळजी करीत बसेल म्हणून हिमालयात जाण्याअगोदर तिला कळवलंही नव्हतं. तरी तिला स्वप्न पडलं होतं! आपलं मन आपल्याही नकळत आपल्या मायेच्या लोकांचा सतत पाठलाग करत असतं हेच खरं.

आईला अनेक वेळा अशी सूचना देणारी स्वप्नं पडत. आम्हा मुलानातवंडांमध्ये तर तिचा जीव इतका गुंतलेला होता की आम्हाला काही अडीअडचणी आल्या तरी आम्ही तिला पुष्कळदा सांगतही नसू. परंतु बरेचदा तिला आमच्या चेहऱ्यावरूनच काहीतरी सुगावा लागायचा. मग तिच्या जिवाची भरपूर घालमेल झाली की तिला काहीतरी छानसं स्वप्न पडायचं. मग ती आम्हाला म्हणायची, “हत्ती मुलांना सांभाळतोय असं स्वप्न पडलंय मला. तुमचं सगळं चांगलंच होणार आहे. काळजी करू नका.” आम्हाला खूप बरं वाटायचं, आधार वाटायचा आणि खरोखरच अडचणी दूर व्हायच्या. त्यामुळे पुष्कळदा आम्ही आईला म्हणायचो, “आई, चांगलंसं स्वप्न पाडवून घे ना.” आई म्हणायची, “ते काय माझ्या हातात आहे का? हातात असतं तर मी दररोज चांगलंच स्वप्न पाहिलं नसतं का?”

किती खरं आहे ते. स्वप्न पडणं न पडणं आपल्या हातात नसतंच. ती पडायची तेव्हाच पडतात. वाईट स्वप्नं इच्छा नसतानाही पडतातच. मनाची अवस्था तीव्र होते तेव्हा पडतात स्वप्नं? अप्पा आजारी होते तेव्हाची गोष्ट. ते जाणार हे स्पष्ट दिसत होतं. डॉक्टर म्हणाले होते वर्ष-दोनवर्षही अशीच जातील नाहीतर उद्या परवादेखील... आणि तरी आम्ही सगळे खुळ्यासारखे ते बरे होतील अशी आशा करीत होतो.

त्याच वेळी त्यांच्या हालांमधून त्यांची सुटका व्हावी असंही वाटत होतं. त्या दिवशी पहाटे पाच वाजताच आई एकदम धसक्यानं उठून बसली. मलाही झोप नव्हतीच. मी म्हटलं, "का ग इतक्या लौकर उठलीस?" ती कापऱ्या आवाजात म्हणाली, "स्वप्नामध्ये पद्मासन घालून बसलेले ज्ञानेश्वर खूप जोरात डोलताहेत असं दिसलं... अप्पा आज जाणार."

माझा जीव धसकला. तरी म्हटलं, "रात्री निजायच्या वेळी ज्ञानेश्वरी वाचीत होतीस ना, त्यामुळे ज्ञानेश्वर आले स्वप्नात." आई साधेपणानं म्हणाली, "माझी स्वप्नं खरी होतात. हे होणारच आहे हे माहीत आहे आपल्याला; पण ते आजच होणार. नाहीतर ज्ञानेश्वर डोलतील कशाला?" आईचा चेहरा किती शांत आणि व्याकूळ दिसत होता! आईचा हात हातात घेऊन खिडकीतून बाहेर बघत मुकाट्याने बसलो आम्ही. मग म्हटलं, "थांब, तुझ्यासाठी चहा आणते." मी चहा गाळत होते तेव्हा टाटा हॉस्पिटलमधून धाकट्या भावाचा फोन आला.

"अप्पा गेले. आत्ता अर्धा तास झाला. ते कण्हल्यासारखं वाटलं म्हणून आम्ही दोघांनी (दोघं धाकटे भाऊ) त्यांचे हात दोन्ही बाजूंनी आपल्या हातात धरले. त्यांच्या हातांचा हलकासा दाब जाणवला आणि मग हळूहळू त्यांचा श्वास थांबूनच गेला. डॉक्टरांनी लगेच तपासलं... पण... संपलं होतं सगळं. आईला कसं सांगशील?"

"तिला कळलंय ते."

"ते कसं?"

"पहाटे तिला स्वप्न पडलं होतं. ज्ञानेश्वर जोराने डालताना दिसले तिला. तेच बोलत होतो आम्ही."

स्वप्नांचं हे काय गूढ आहे? ते अजूनही कोणालाच उलगडलेलं नाही. फक्त अंदाज आहेत सगळे. खरी होणारी स्वप्नं, भविष्याबद्दल सूचना देणारी स्वप्नं त्यांचं गूढ तर विलक्षणच! मनाच्या पराकोटीच्या संवेदनाशीलतेचा परिणाम असतो का हा? की ती मनाची एक वेगळीच शक्ती आहे? वाईटाची चाहूल देणारी स्वप्नं पडली की आई अत्यंत अस्वस्थ व्हायची. आम्ही भावंडं तिला म्हणत असू, "अगं, तुझ्या हातात आहे का ते? वाईट स्वप्नं पडतात तशीच चांगली स्वप्नं पण पडतात ना तुला? त्यावेळी आम्हाला आधार वाटतोच ना त्या स्वप्नांचा?" चांगली स्वप्नं पडत तेव्हा आईला स्वप्नांत हत्ती दिसत, फुललेली

कमळं, वाहतं पाणी, मंदिरांचे कळस, साधू पुरुष, सवाष्ण बायका, रांगोळ्या घातलेलं स्वच्छ, सारवलेलं अंगण असं काही काही दिसायचं. स्वप्नातलं वातावरण शांत, सौम्य, आनंदी असलं की तिला बरं वाटायचं. अर्थात तिच्या प्रत्येक स्वप्नाला काही अर्थ असायचा असं मुळीच नव्हे. क्वचितच कधी तसं व्हायचं.

फ्रॉईडनं स्वप्नांचा अर्थ लावण्याचं एक तत्त्वज्ञान बनवलं. परंतु फ्रॉईडचा मुख्य भर माणसाच्या लैंगिकतेवरच असल्यामुळे त्याचं सगळंच विवेचन एकांगी ठरलं. खरं म्हणजे माणूस किती वेगवेगळ्या पातळ्यांवर जगत असतो, विचार करीत असतो. त्याच्या भावना किती वेगवेगळ्या दिशेनं फुलत असतात, त्याच्या बुद्धीला धार चढत असते. जागृत आणि सुप्त संवेदनांचा गोफ गुंफताना स्वप्नं पडतात? का पडतात स्वप्नं? सर्वसामान्य माणसांना तर पडतातच. थोर लोकांनाही पडतात? पडत असणारच. त्यांची स्वप्नं देखील सर्वसामान्यांसारखीच असतात? गौतम बुद्धांच्या आईला गौतमाच्या वेळी गरोदर असताना स्वप्नात पांढरा हत्ती दिसला होता असा उल्लेख आहे. आणखीही एक अत्यंत हृद्य उल्लेख सापडतो. झाशीची राणी लक्ष्मीबाई तुटपुंज्या साधनसामग्री आणि सैन्यासह, प्रचंड सैन्य आणि साधनसामग्री घेऊन आलेल्या ह्यू रोझशी अटीतटीनं लढत असते. युद्ध अगदी निर्णायक स्थितीला आलेले असते. अशा वेळी राणी लक्ष्मीबाईच्या स्वप्नात, इंग्रजांकडून येणारे तोफगोळे आपल्या हातावर झेलून घेणारी कुलदेवता महालक्ष्मी दिसते. या स्वप्नामुळे राणीला केवढा आधार वाटला असेल की प्रत्यक्ष महालक्ष्मी तिचं रक्षण करायला उभी होती. राणीच्या प्रजाजनांनाही लढण्यासाठी नवे बळ आले असेल.

मग मनात येते, पन्नास वर्षांची जन्मठेप झाली असता अंदमानच्या कोठडीत एकांतवास भोगत असताना, पराकोटीचे शारीरिक कष्ट सोसत असता, स्वातंत्र्यवीर सावरकरांना स्वप्नं पडत असतील का? त्या कोठडीतून, त्या अपरंपार कष्टांतून जिवंतपणाने बाहेर पडण्याची कसलीच शक्यता नसता त्यांना स्वप्नं तरी कोणती पडत होती? त्या स्वप्नांनी त्यांच्या यातना थोड्यातरी कमी होत होत्या का? लोकमान्य टिळकांना स्वप्नं पडत होती का? महात्मा गांधी, पंडित नेहरुंना स्वप्नांत काय दिसत होतं? कोण येत होते त्यांच्या स्वप्नांत? सततच राजकारणासंबंधीची,

ताणतणावांचीच स्वप्नं पडणं शक्य नाही. त्यांनाही साधीसुधी, रोजच्या आयुष्याशी संबंधित स्वप्नं पडलीच असतील. जगभराच्याच मोठ्या लोकांना पडणाऱ्या स्वप्नांबद्दल प्रामाणिक उत्सुकता वाटते.

मी मघाशी म्हटलं तसं मला नेहमीच स्वप्नं पडतात. चांगली स्वप्नं मन प्रसन्न करतात. वाईट स्वप्नं उदास करतात. अस्वस्थ करणारी, संभ्रमात टाकणारी असतात. एक बरं आहे की बरीचशी स्वप्नं असंगत, कसला आगापीछा नसलेली, दृष्यांचे तुकडे तुकडे एकामागोमाग जाणारे...अशी असतात. आणखीही एक चांगली गोष्ट म्हणजे बहुतेक स्वप्नं मी विसरूनही जाते. पण काही स्वप्नं मात्र कायम लक्षात राहिली आहेत. काहीतरी निमित्तानं ती पुन्हा पुन्हा आठवत राहातात. त्या स्वप्नांबरोबर त्या त्या वेळच्या वास्तवाचीही आठवण येते. त्यांचा परस्पर संबंध होता का? कोण जाणे, असेलही कदाचित.

चीनशी युद्ध झाले तेव्हाची गोष्ट आहे. तेव्हा आम्ही शिलाँगला होतो. चीनने तवांग काबीज केले त्याच दिवशी आम्ही शिलाँगला पोचलो होतो. सरहद्दीवरच्या त्या भागात बारीकसारीक लढाया, चीनची घुसखोरी सुरूच होती. त्याच वेळी तवांगच्या खाली एका दिवसाच्या अंतरावरच्या बोम्डिलाला मुकुंदाला दौऱ्यावर जावं लागलं. तो एकदा दौऱ्यावर गेला की बारा-पंधरा दिवसांची निश्चिंती. अधेमधे संपर्क साधण्याची काहीही सोय नाही. छोट्या छोट्या मुलांबरोबर मी शिलाँगलाच होते. रोजच्या बातम्या निरुत्साही करणाऱ्या, काळजीभरल्या, कसलं तरी भय सतत निर्माण करणाऱ्याच होत्या. कारण चीन हळूहळू खाली सरकत होते. मी रोज सरकारला नावं ठेवीत होते. या अशा परिस्थितीत सरकार आपल्या नागरी अधिकाऱ्यांना युद्धभूमीच्या इतक्या जवळ कसे काय पाठवते? पण त्याचवेळी हेही कळत होते की कोणीतरी ही कामे करायला हवीतच. पण रोजच्या बातम्यांनी काळजी वाढतच होती. त्याच मनस्थितीत असता एकदा स्वप्न पडले की मी गाढ निजलेल्या मुलांच्या मध्येच निजले आहे. एवढ्यात कोणी एक मंगोलियन चेहऱ्याचा, फाटके कपडे घातलेला माणूस कोपऱ्यात उभा होता असे दिसले. तो शोधक नजरेने आमच्याकडे बघत होता. तो बोलत काही नव्हता, पण मला कळलं होतं की तो कोणाला तरी घेऊन जाण्यासाठी आला आहे. मी खूप घाबरले पण त्याला दरडावून सांगते आहे. 'चले जा... चले

जा. कोई नही आयेगा तेरे साथ. जाता है की नही?...' अंगाला दरदरून घाम फुटला. मी जागी झाले. जिवाचा थरकाप झाला. वाटलं की कोणीतरी मुकुंदाला घेऊन जाण्यासाठी टपून बसलंय.

त्याच दिवशी बातमी आली की चीनने बोम्डिला घेतले! झालं संपलं सगळं! सगळंच संपलं म्हणायचं आता. आता कसल्यातरी अरिष्टाची वाटच फक्त पाहायची. तेवढचं शिल्लक होतं. आतापर्यंत मुकुंदा चिन्यांच्या ताब्यात गेला असणार... की... विचार मस्तकाला मुंग्या आणीत होता.

दिवस कसा उलटला कोण जाणे! मध्यरात्रीला केव्हातरी दारावरची बेल वाजली. जीव धसकला. दार उघडायच्या अगोदर दारांच्या काचांवरचे पडदे बाजूला करून बघितलं. दाराबाहेर मुकुंदा उभा होता. वेडीवाकडी दाढी वाढलेली, केस पिंजारलेले, कपडे मळलेले, अस्ताव्यस्त. मी सुन्न होऊन पाहातच राहिले. हा खरोखरचाच मुकुंदा की भास...?

"दार उघड. बघत काय राहिलीस? थंडीनं कुडकुडतोय मी." मुकुंदा ओरडला.

मी दार उघडलं. मुकुंदा आत आला. "मॅडसारखी बघत काय राहिलीस? दार नाही उघडायचं?"

"तू कसा इथं?"

"मग कुठं जाऊ?"

"बोम्डिला पडलंय?"

"काय?" आता सुन्न व्हायची पाळी मुकुंदाची होती.

"होय... बोम्डिला घेतलं चिन्यांनी. कालच... आणि तू तर..."

"तरीच... बोम्डिलामधल्या आपल्या ब्रिगेडिअरनं आम्हाला परवाच तिथून ताबडतोब परत जा म्हणून सांगितलं होतं. चिन्यांनी बोम्डिलावर शेलिंग सुरू केलं होतं. त्यानं आम्हाला तिथून जवळ जवळ हाकललंच. मग मध्ये कुठेही न थांबता आम्ही तिथून निघालो ते जीप दामटत सरळ इथं येऊन पोचलो. पण तेजपूर गावाबाहेरच्या ढाब्यावर जेवलो तर सगळीकडे अतोनात गोंधळ, गडबड उडालेली दिसली. युद्धामुळे त्या भागात गडबड-गोंधळ आहेच, तसंच काही असेल म्हणून शिवाय आम्ही पण परत येण्याच्या घाईत होतो म्हणून चौकशी केली नाही... शेवटी बोम्डिला पडलंच तर... त्या ब्रिगेडिअरमुळे आम्ही वाचलो. नाही तर..."

त्या नाहीतरचंच स्वप्न मला पडलं होतं! अजूनही ते स्वप्न मला बारीकसारीक तपशीलांसह स्पष्ट आठवतंय. अर्थात हे देखील खरंच की त्या काळी सात-आठ वर्ष आम्ही मणिपूर, आसाम म्हणजे मंगोलियन चेहरेपट्टी असलेल्या लोकांमध्येच राहात होतो. त्यामुळे स्वप्नात येणारा माणूस मंगोलियन चेहऱ्याचा दिसल्यावर तो चिनीच होता असा निष्कर्ष एकदम काढणं उतावळेपणाचं होईलही. परंतु एकूण परिस्थिती अशी होती की त्या स्वप्नाचा जबरदस्त परिणाम माझ्यावर, थोडावेळ का होईना पण झाला होताच.

आणखी एक स्वप्न कितीतरी वर्षांपूर्वी पडलं होतं. तेव्हा त्याचा अर्थ लावावासा वाटला नव्हता. पण ते स्वप्न एवढं काही वेगळंच होतं की वीस-बावीस वर्ष झाली तरी त्याचा विसर पडला नाही. अजूनही स्पष्टपणे आठवतंय ते स्वप्न आणि आता त्याचा अर्थही लागतोय. १९७९-१९८० च्या दरम्यान केव्हा तरी हे स्वप्न पडलं होतं. त्या स्वप्नात मला दिसलं की एक काळापिवळा मोठा साप धगधगत्या राखेत वळवळतोय. तो राखेतून बाहेरही पडत नव्हता. त्या धगधगत्या राखेतच तो तडफडत होता. त्या राखेचा राखाडी रंग. त्यातच असलेला काही पेटलेल्या निखाऱ्यांचा तांबूसपणा आणि तडफडणाऱ्या सापाचा अधूनमधून दिसणारा काळापिवळा रंग अजूनही स्पष्टपणे नजरेसमोर आहे. तो इतका जिवंत वाटतो की त्या राखेची धगही जाणवते मला. हे स्वप्न पडलं तेव्हा आम्ही काबूलमध्ये राहात होतो. तेथील परिस्थिती पराकोटीची अस्थिर होती. राजकीय उलथापालथ सुरूच होती. त्यांची आपापसातील युद्धं, हाणामाऱ्या सुरूच होत्या. त्यामुळे असलं विलक्षण स्वप्न पडलं एवढंच वाटलं होतं तेव्हा मला. पण आज इतक्या वर्षांनंतरही अफगाणिस्तानची अस्वस्थ स्थिती पाहून मनात येतंय, धगधगत्या राखेत तडफडणाऱ्या त्या सापाला त्या राखेतून बाहेर पडता येत नाहीये की ती राख अजूनही थंड झालेली नाहीये. वीस-बावीस वर्षांपूर्वी पडलेल्या स्वप्नाचा अर्थ मला आज लागतो आहे.

एखाद्या कवितेचा अर्थ लावावा तसा स्वप्नांचा अर्थ लावता येऊ शकतो का? स्वप्नेही कवितांसारखीच तर असतात. ट ला ट जुळवून केलेल्या कवितेसारखी फुटकळ स्वप्नं ही पडतातच. तसेच ज्ञानेश्वर, तुकारामाच्या विराण्या-अभंगांसारखी, गौतम बुद्धाच्या आईला पडलेलं

स्वप्न, झाशीच्या राणीला पडलेलं स्वप्न यासारखी स्वप्नंही असतात. अशा स्वप्नांमध्येही उत्तम कवितेसारखीच कोवळिकता आणि सौंदर्य आहे, अनन्यभाव आहे आणि एका व्यक्तीपुरताच नव्हे तर लोकांच्या भावभावनांच्या तीव्रतेचा तो आविष्कार असतो. म्हणून ही तुलना माझ्या मनात आली. त्याच वेळी हे देखील मला माहीत आहे की अनेकदा कसली तरी अनाम भीती वाटणारी स्वप्नं पडतात, त्यावेळी झोपेत घुसमट होते. ओरडायलाही होतं तर काही वेळा असंगत, असंबद्ध स्वप्नंही पडतात,तर काही वेळा खूपच मजेची स्वप्नं पडतात. एकदा तर माझ्या स्वप्नात प्रत्यक्ष इंदिरा गांधीच आल्या. त्या तेव्हा हयात होत्या. आणि मी त्यांना काही तरी बजावून सांगते आहे, तावातावाने, आणि त्याही शांतपणाने माझं बोलणं ऐकून घेत होत्या! हे स्वप्न सांगितल्यावर घरच्यांनी माझी भरपूर टिंगलटवाळीही केली होती; पण मला मात्र एक समाधान होतं की निदान स्वप्नात तरी मी, मुलं सोडून, कोणाला तरी बजावून काही सांगू शकते आणि ते माणूस माझं बोलणं शांतपणाने ऐकून घेत होतं! आणि ते माणूस म्हणजे प्रत्यक्ष इंदिरा गांधी! आणखी काय पाहिजे?

माझी काही स्वप्नं मात्र खरोखरच सुंदर आहेत. मी त्यांना विसरू देत नाही. वाटतं अशासारखी स्वप्नं परत परत पडावी. या स्वप्नांत झिमझिम पडणारा... तो देखील, उन्हामध्ये पाऊस असतो, घनदाट जंगलं असतात, बर्फाच्छादित पहाड असतात, चमचमणारी बर्फवृष्टी, निळंभोर अद्‌भुत आभाळ असतं. त्यांचे रंग तर स्पष्टपणाने दिसतातच पण तिथला गंधही मला जाणवतो. तिथली थंड, उष्ण हवा मला जाणवते. अशा वातावरणात मी असते आणि या माझ्या स्वप्नातल्या मीला मी पाहात असते. एका स्वप्नात मी पाहिलं की मंदपणाने हिमवर्षाव होतो आहे. सगळीकडे मोत्याचा चुरा पसरल्यासारखी अद्‌भुत आभा भोवती पसरली आहे. त्या प्रकाशात हिमाची नाजूक, पारदर्शक पाकळी न् पाकळी चमचमते आहे. त्याखाली मी उभी आहे. स्तब्ध. भोवती आणखी काहीही नाही, कोणीही नाही. कसला आवाज नाही. आणि मी मनाशी म्हणतेय, हा कोणता अद्‌भुत प्रदेश आहे? स्वप्नाबाहेरची मी म्हणतेय– तेही स्वप्नातच, 'ही प्रतिभा इथे काय करतेय? हे स्वप्न तर नाही? असलं तर तिला जाग यायला नको.'

किती सुंदर आहे ना हे स्वप्न!

तसंच आणखी एक अद्‌भुत स्वप्न एकदा पडलं होतं की एका घनदाट जंगलातून मी चालले आहे. जंगल एवढं घनदाट आहे की अंधारून आल्यासारखं वाटतं. पायाखालच्या सुकलेल्या पानांचा चुर्र चुर्र आवाज येतो. ओल्या, शिळ्या पानांचा दमट हिरवा वास येतो. चालता चालता जंगल संपतच नाही. आजूबाजूलाही कोणी नाही. मग जराशी भीती वाटू लागते. मी पळू लागते. पळता पळता पटकन पाय जमिनीवरून सुटतात, वर उचलले जातात आणि मी हळूहळू आकाशात उडूच लागते. पंखांशिवाय... अरे, मला तर उडायला येतंय. ते कसं काय? मला जेवढा आनंद होतो तेवढंच आश्चर्य.

या स्वप्नांचा अर्थ लावायच्या भानगडीत मी पडतच नाही. त्याची गरज मला वाटत नाही. ग्रेसच्या कवितांसारखा अशा स्वप्नांचा फक्त आनंद घ्यायचा. त्यातील शब्दाशब्दातील अर्थ शोधण्याच्या धडपडीत दमछाक कशाला करून घ्यायची? ह्या शब्दकळांचा आनंद घ्यावा. त्यातील नादात वाहावत जावं की मग एखाद्या बेसावध क्षणी काहीतरी कळूनच जातं. तेवढंही पुरेसं असतं. स्वप्न पडणं ही एवढी अद्‌भुत, सुंदर गोष्ट आहे की त्यामधून अर्थ शोधून काढण्याच्या झटापटीचा अरसिक उद्योग कशाला करायचा? सहजासहजीच काही तरी कळून गेलं तर उत्तम. तोही एक वेगळाच आनंद असतो. पण त्या अर्थासाठी पाठलाग कशाला?

स्वप्नं पडणं हा एकतऱ्हेचा विसावा असतो. चांगली, मन प्रसन्न करणारी स्वप्न पडली तर आनंद होतोच. वाईट, भयकारी स्वप्न असले तरीदेखील जाग आल्यावर जाणवतं की हे तर स्वप्नच होतं, ते काही खरं नाही. मग अस्वस्थ झालेल्या मनाला समजूत घालून शांत, शहाणंही करता येतं. स्वप्नं पडणं हे महत्त्वाचं. आपल्या मनातील अनामिक भीती, ताजेपणा, कोवळेपणा, उत्कंठा, अद्‌भुताची ओढ हे सगळं आपली स्वप्नंच जपत असतात.

◆

स्वप्नांबाबत लिहावयाचे झाल्यास स्वप्नांचे अनुभव व प्रचितीबाबत खूप लिहिण्यासारखे आहे. स्वप्न ही एक जादूनगरी आहे. स्वप्न रंगविणे, स्वप्न पाहाणे ह्या गोष्टी प्रत्येक माणसाच्या मनकवड्या गोष्टी असतात.

माझ्या आजोबांकडे स्वप्नां-विषयीचे एक पुस्तक होते. त्यात शुभ-अशुभ स्वप्नांची माहिती होती. माझ्या लहानपणी ते पुस्तक मी

जादूनगरी

अनुसया शेवते

वाचत होते. लहानपणापासूनच मला स्वप्नांविषयी जाणून घ्यायची उत्सुकता होती. पुस्तक वाचल्यामुळे मी माझी स्वप्ने त्या दृष्टीनेच पाहू लागले.

माझ्या आयुष्यात मला पडलेली अनेक स्वप्ने खरी ठरली. आज वयाच्या शहात्तराव्या वर्षीसुद्धा मला स्वप्ने आठवतात.

माझ्या माहेरच्या घरी अहमदनगर येथे माळीवाडा शेरकर गल्ली येथे पिराचे देवस्थान आहे.

त्या घरात दारू व मटन चालत नव्हते. माझ्या भावाची परिस्थिती फार हलाखीची झाली. समाज-कंटकाने त्याला त्रास दिल्यामुळे त्याला दारूचे व्यसन लागले. घरात ज्या पिराची तुरबत (समाधी) होती त्या सत्पुरुषाने भावाच्या स्वप्नात येऊन सांगितले की हे बघ भगीरथ, तू लहानपणापासून या घरात राहातोस, त्यामुळे माझी पूर्ण छाया तुझ्यावर आहे. तुला जगाने नाव

ठेवले तर मला बरे वाटणार नाही. तू माझ्यावर लोकांचे खेटर पाडतोस का? स्वप्नातील शब्द ऐकून भाऊ निम्म्या रात्री पिराच्या समाधीजवळ गेला व कुठे खेटर आहेत का पाहू लागला. त्याला दरदरून घाम फुटला व तो रडू लागला. स्वप्नातल्या त्या अनुभवानेच त्याला त्या सत्-पुरुषाच्या शब्दांची प्रचिती आली.

माझा मुलगा दिलीप हा बी.कॉम. शिकला. त्याला कुठेच नोकरी लागेना. तो सतत बेचैन

राहायचा. त्यावेळेस माझ्या स्वप्नात आमच्या पिराच्या घराजवळ एक मोटार, दोन मुले, एक स्त्री व एक ऐटदार पुरुष मोटारीजवळ सिगारेट ओढीत उभा होता. तो उंचापुरा माणूस मला म्हणाला, तुझ्या मुलाला मी एक लाथ मारली तर त्या लाथेने त्याचे नोकरीचे प्रयत्न सफल होतील व दुसरी लाथ मारून त्याला खुर्चीवर बसवीन. त्या स्वप्नाची प्रचिती मला लवकरच आली. त्यावेळेस माझी बदली परभणी जिल्ह्यात झरी या गावात होती. त्यावेळेस दुष्काळी रोडची व नाला बंडिगंची कामे चालू होती. तिथल्या बजरंगसिंह गौतमने माझ्या मुलाला, दिलीपला झरीला बोलावून घेतले व त्याला मस्टर कारकुनाची नोकरी दिली. ही झाली स्वप्नातली पहिली लाथ.

दुसरे स्वप्न तो मस्टर कारकून असताना पडले. माझी मीटिंग परभणीला तालुक्याच्या ठिकाणी होणार होती. त्या रात्री मला स्वप्नात कुणीतरी अदृश्य शक्तीने येऊन सांगितले, तुमच्या मुलाची नोकरीकरिता इंटरव्ह्यूची ऑर्डर आली आहे व ती ऑर्डर मुसलमान गल्लीतील मुसलमान पोस्टमनकडे आहे. ऑर्डरीमध्ये त्याचा इंटरव्ह्यू नाशिकहून सप्तर्षीसाहेब नगरला येणार आहेत व ते घेणार आहेत असे लिहिले आहे. मी हे ऐकून स्वप्नात म्हणाले, सप्तर्षी वकील आहेत. ते शब्द ऐकून स्वप्नातील व्यक्तीने सांगितले छे! छे! ते वकील नाहीत वीजबोर्डाचे साहेब आहेत. आम्ही राहात असलेल्या नगर गावी आमच्या घरात पिराची कबर आहे. त्या कबरीजवळ एक उंचापुरा माणूस व त्याची बायको, दोन मुले दिसली. तो माणूस सिगारेट ओढीत होता. मला दुसऱ्यांदा एकदम पहिल्या स्वप्नाचा भास झाला. तो माणूस म्हणाला, तुझ्या मुलाला एक लाथ मारली तर साधी नोकरी लागली. आता त्याला दुसरी लाथ मारून उठवून त्याला नोकरीला लावतो. हे स्वप्न मी माझा मुलगा दिलीप याला सांगितले. तो म्हणाला, "स्वप्नातल्या गोष्टी खऱ्या होत नाहीत." हे ऐकून मी म्हणाले, "हे स्वप्न खोटे झाले तर माझी तू जीभ कापून टाक." जवळच त्याचा मित्र श्री. हरिसिंह चव्हाण बसला होता. त्याने माझ्या स्वप्नाचा चमत्कार ऐकला. दुसऱ्या दिवशी सकाळी मी एसटीने परभणीला मीटिंगला गेले. रात्री घरी आल्यावर दिलीपने मला सांगितले की तुझ्या स्वप्नाप्रमाणे मला इंटरव्ह्यूकरिता नगरचा कॉल आला आहे. पण मी नगरला जाणार नाही, मला नोकरीची शाश्वती

नाही. मी व हरिसिंह चव्हाण त्याचा मित्र या दोघांनी त्याची विनवणी करून नगरला जाण्यासाठी सांगितले. मी पोहे करून त्या दोघांना खाऊ घातले. दिलीप नगरला जाण्यास तयार होईना. त्याला मी सांगितले, 'तू कोरा पेपर दिला तरी तुला नोकरी लागेल असे माझी मनोदेवता मला सांगते. स्वप्नात सांगितल्याप्रमाणे सप्तर्षीसाहेबच तुझा इंटरव्ह्यू घेणार आहेत, हे तू मला झरीला आल्यावर सांग.' हे ऐकून दिलीपच्या हरिसिंह चव्हाण नावाच्या मित्राने त्याला रात्री परभणीहून नगरला एस.टी.ने पाठवून दिले. तो सकाळी नऊ वाजता नगरला पोहोचला. माझ्या आईला भेटून तिला नोकरीबाबत माहिती सांगितली. दोन तास इकडे तिकडे जुन्या मित्रांना भेटला व सकाळी अकरा वाजता त्याचा इंटरव्ह्यू झाला. चौकशीअंती त्याला सप्तर्षीसाहेबच होते हे समजले. नंतर तो झरीला आला. त्याला वीज मंडळात कायमच्या नोकरीची ऑर्डर थोड्याच दिवसात मिळाली. काही वेळा आपले नशीब बलवत्तर असेल तर स्वप्नातील घटना खऱ्या होतात. त्याचवेळी जर तो नगरला गेला नसता तर नोकरीकरिता किती खस्ता खाव्या लागल्या असत्या याचे आज त्याला व मला महत्त्व कळत आहे. हे स्वप्न १९७६ सालातील आहे.

आता हे स्वप्न १९७६ सालातीलच आहे. माझी बदली परभणी जिल्ह्यात झरी गावात होती. तिथे असताना माझी खूप इच्छा होती की आपल्या नगर जिल्ह्यात बदली व्हावी आणि त्यावेळेस मला एक अचानक स्वप्न पडले. त्या स्वप्नात मला देवीचे देऊळ दिसले व त्या देवळातील देवीने मला दृष्टांत दिला की, तुझी बदली या गावी होणार आहे.

त्या स्वप्नानंतर दुसऱ्या दिवशी माझी खरोखरच बदलीची ऑर्डर माझ्या जिल्ह्यात होणार हे मला पोष्टाने पाठवलेल्या पत्राने समजले. मी नगर जिल्ह्यात कर्जत या तालुक्याच्या ठिकाणी हजर झाले. परंतु गाव मला भांबोरा दिले. देवीच्या देवळाची खूण कुठेच दिसली नाही. भांबोरा केंद्राचा चार्ज गीताबाई पवारकडून घेतला. माझ्याबरोबर माझी दोन मुले व बहिण होती. पवारबाईला एकच हात होता. त्या म्हणाल्या, "मी अशी एक हाताची बाई परजिल्ह्यात कशी जाणार? लोक कामापेक्षा माझ्या हाताकडेच पाहातील. एका हाताने कशी काम करते हा चर्चेचा

विषय होईल.'' मी त्यांना म्हणाले, ''तुम्ही मुंबईला जाऊन जिल्हाबदली रद्द करून घ्या.'' पवारबाई मुंबईला गेल्या. त्याच दिवशी राशिन केंद्राच्या आनंदाबाई अनासपुरे एकाएकी हृदयविकाराच्या झटक्याने गेल्या. पवारबाईंची बदली रद्द झाली. त्यांना भांबोरा केंद्र मिळाले व मला राशिन केंद्राचा चार्ज मिळाला. मी राशिनला आल्याबरोबर स्वप्नातील देवीचे देऊळ पाहाण्यास गेले. देऊळ पाहिल्याबरोबर मी खूप रडले. आईसाहेबांनी स्वप्नातील दृष्टांत खरा केला. असा चमत्कार स्वप्नात झाला. रेणुका मातेने मला राशिन गावात असताना देवीच्या गाण्यांची रचना करण्याचे खूप प्रोत्साहन दिले. देवीच्या साक्षात्कारामुळे मी देवीची गाणी रचली.

रामेश्वर यात्रेचा दृष्टांत मला स्वप्नात पुढीलप्रमाणे आला. मला वाटायचे की आपणास रामेश्वर दर्शन घडणार नाही. परंतु एक दिवस मला अचानक स्वप्न पडले. त्या स्वप्नात मला रामेश्वराचे देऊळ दिसले. त्या देवळातील पुजाऱ्याने स्वप्नात मला तीन संध्येच्या पळीने भाताचा प्रसाद दिला. रामेश्वरला गेल्यावर मला स्वप्नातल्या प्रसादाची आठवण झाली व खरोखरच एका ब्राह्मणाने मला भाताचा प्रसाद दिला. तो प्रसाद घेतल्यावर मी खूप रडले. म्हणाले, ''देवा, तू माझे स्वप्न खरे केले. काशीची गंगा रामेश्वरास नेण्याचे भाग्य मला लाभले.''

तसेच दुसरे स्वप्न नेपाळ पशुपतिनाथाचे पडले. स्वप्नात एका बाईने मला दूध पिण्यास दिले व एका बाईने मला पोवळ्याची माळ दिली. नेपाळला गेल्यावर दर्शनासाठी मी रांगेत उभी राहिले असता एक मुलगी पितळीच्या छोट्या बादलीतून दूध घेऊन आली व मला पाहून तिने माझ्या पितळी ग्लासात दूध दिले हे मी माझ्या बरोबरीच्या स्त्रियांना सांगितले. आम्ही दूधवाल्या मुलीला शोधण्याचा प्रयत्न केला पण ती आम्हास कोठेही दिसली नाही. सर्व स्त्रियांना दुधाचा प्रसाद मिळाला या चमत्काराचा अनुभव आला. मी दूध पिऊन टाकले होते व दुधाचा थोडासा अंश मी सर्व स्त्रियांना दाखवला. माझी दूध मिळालेली गोष्ट खोटी नव्हती हे सर्वांना पुराव्यानिशी पटले.

दुसरे नेपाळचे स्वप्न. मी रस्त्याने जात असता एका मध्यम वयाच्या मुलीने मला पोवळ्याची माळ घेण्याकरिता हाक मारली. मी तिच्या दुकानात गेले. दुकान रस्त्यावरच होते. तिने मला पोवळ्याची माळ

दिली. मी त्या माळेचे पैसे द्यायला लागले तर तिने पैसे घेतले नाहीत. ती म्हणाली, ''मी माळेचे पैसे घेणार नाही.'' ती पोवळ्याची माळ घेऊन मी पशुपतिनाथाला अभिषेक केला. तेथील पुजाऱ्याने पण मला पशुपतिनाथाच्या पिंडीवर पाच रुद्राक्षांची माळ ठेवून प्रसाद दिला. पुजारी पण आमच्याकडील महाराष्ट्रीयन होता.

माझ्या मुलाला अरुणला मी स्वप्नातील गोष्टी सांगते. तो माझी प्रत्येक गोष्ट ऐकून घेतो. अरुणची बायको माधुरी व मुलगी शर्वरी फार गोड आहेत. अरुणजवळ मी पंधरा-सोळा वर्षे राहात असल्यामुळे माझ्या स्वप्नातील व इतर समयसूचक गोष्टी मनापासून ऐकून घेतात.

अरुणला मुलगी होण्याचे स्वप्न मी पाहात होते त्याप्रमाणे त्याला मुलगी झाली. मी त्या मुलीचे नाव हौसेने शर्वरी ठेवले.

दि. १८ जुलै १९६२ची रात्र म्हणजे माझ्या आयुष्यातील एक काळरात्र ठरली. त्या रात्री अरुणचे वडील नगरला काही कामानिमित्त गेले असता तिथेच एकाएकी ठेच लागून वारले. सारखा त्या रात्री स्वप्नात एक भुंगा माझ्यामागे फिरत होता व रात्रभर मला नारायणराव पेशव्यांचा खून झाला तसा एक प्रकारचा 'काका मला वाचवा' हा एकच आवाज ऐकू येत होता. सकाळी मी बालवाडीत गेले. माझे मन लागेना. वरणभात, भेंडीची भाजी दुपारी केली होती. मला अन्न कडू लागत होते. त्या कडू अन्नाची चव अजून मी विसरले नाही.

१९ जुलै १९६२च्या सकाळी एक तिऱ्हाईत नातलग अरुणचे वडील वारल्याची बातमी घेऊन आला. हा एक चमत्कारच म्हणावा लागेल.

दिलीपने त्याच्या एका मित्रास दहा हजार रुपये उसने दिले होते. तो पैसे देण्यास तयार नव्हता. स्वप्नातल्या शक्तीने तो पैसे अथवा जागा देईल असे सांगितले. त्याप्रमाणे त्याच्या मित्राने दिलीपला एक गुंठा जागा दहा हजारच्या बदल्यात दिली. पुढे त्या जागेवर त्याने बंगला बांधला. हे पण स्वप्नात दिसले व ते स्वप्न खरे ठरले.

काही वेळेला मला फार विचित्र स्वप्नं पडतात. त्या स्वप्नांमध्ये मी वाट चुकलेली दिसते तर कधी कोणत्यातरी विषयाची परीक्षा देण्यासाठी पेपर लिहिते. तर कधी स्वप्नात हरिजन वाड्यातील स्त्रिया व माणसे दिसतात. ती जेवतात. कधी शृंगार केलेल्या नावेत बसलेल्या स्त्रिया

येतात. तर कधी किल्ल्याच्या पडक्या भिंती व जागा दिसतात तर कधी सर्व लोक जेवतात परंतु मला स्वप्नात जेवण मिळत नाही. मी इकडे तिकडे पंक्तीत धावाधाव करते असे दिसते.

माझी बदली १९७७ साली राशिन गावी झाली. त्यावेळी बालवाडी नारायण कासाराच्या जागेत भरत होती. त्या कासाराच्या बालवाडीचे कुलूप माझ्याकडे राहिले. त्याचे कारण मी त्या नारायण कासारास सांगितले आणि म्हणाले, 'ऑफिसकडून बालवाडीचे कुलूप आणल्यानंतर तुमचे कुलूप देईन.' ते कुलूप माझ्याजवळ बरेच दिवस रिटायर झाल्यानंतर होते व ते कुलूप माझ्या मुलाने बरेच दिवस वापरले. त्या कुलुपामुळे माझ्या मोठ्या मुलाचे स्वतःच्या घरात, भाड्याच्या घरात कुठेच स्थायिक होण्याचे चिन्ह दिसेना. जिथे तिथे जागा बदलाव्या लागत. एके दिवशी स्वामींनी माझ्या स्वप्नात सांगितलं, तुझ्या मुलाकडे दोन निपुत्रिकांची कुलुपे आहेत. त्यातील एक माझ्या माहेरच्या घराचे. त्यांचा पण वंश वाढला नाही व दुसरे नारायण कासार पण निपुत्रिक होता. ह्या कुलुपाचा परिणाम झाला. स्वामी म्हणाले, 'तू नारायण कासारला म्हणाली होतीस ऑफिसकडून कुलूप आल्यावर तुमचे कुलूप देईन. तू कुलूप दिले नाहीस. या शब्दांचा उच्चार स्वामींनी वीस-एकवीस वर्षांच्या पूर्वीचा करून दिला. हे स्वप्न पडल्याबरोबर सकाळीच माझा मोठा मुलगा दिलीप ऑफिस कामानिमित्त मुंबईस आला. त्याला ही कुलूपाची हकिकत सांगितली. त्याला मी म्हणाले, "ही दोन्ही कुलुपे भंगारवाल्याला किंवा कोणास देऊ नकोस. ती तू कचरा कुंडीत फेकून दे."

रावणाची पत्नी मंदोदरी हिने स्वप्नात एका माकडाने येऊन लंका जाळली व वंशाचा नाश झालेला पाहिला. विधवा बायकांनी तिची ओटी भरली हे स्वप्न राणी मंदोदरी रावणास सांगत असे. हे तिचे स्वप्न खरे झाले हे सर्वांना माहीत आहे.

ह्या स्वप्नाचे एक गाणे आम्ही स्त्रिया पंचमीला फेरावर म्हणत असू. ते गाणे मला जेवढे आठवते तेवढे लिहिते.

राणी मंदोदरी बोले हसून
प्रिया हो माझे मन काय पहाता कसून
एका रात्री मी स्वप्न पाहिले वानराने लंका जाळली.

विधवा बाईनी माझी ओटी भरली
राणी मंदोदरी बोले हसून
प्रिया हो माझे मन काय पहाता कसून

मंदोदरीचे पण स्वप्न खरे ठरले.

लहानपणीचे एक स्वप्न आठवते. आमच्या अहमदनगर गावी श्रावणी नागपंचमीच्या दुसऱ्या दिवशी आमच्या घराजवळ शिराळशेटची जत्रा भरते. त्या जत्रेकरिता खाऊ व खेळणी यांची दुकानाची गडबड सकाळपासूनच सुरू होते. वडिलांचे सराफी दुकान गंजबाजारात होते. मी व माझा भाऊ त्रिंबक– त्याला सारे जण चिंगू म्हणत– जत्रेला जाण्यासाठी निघालो. तो फार बोबडा बोलत असे. त्यामुळे त्याचे बोलणे दुसऱ्यास समजत नसे. तो लहानपणी रुपयास मोठा पैसा म्हणत नसे तर मोठा दैटा म्हणत असे. त्याच्या त्या बोबड्या बोलामुळे तो काय बोलतो हे कोणाला समजत नसे. वडिलांच्या दुकानी जाऊन मी वडिलांकडून पैसे घेतले. त्यावेळी मी मराठी दुसरीत शिकत होते. आम्ही बहीणभाऊ पैसे घेऊन घरी येण्यास निघालो. वाटेत आम्हास एक अनोळखी माणूस भेटला. त्याने आम्हा बहीणभावास सायकलवरून खूप हिंडवले. कधी अनोळखी रस्ते कधी ओळखीचे रस्ते दिसायचे. परंतु तो माणूस आम्हास सायकलवरून खाली उतरवण्यास तयार नव्हता. फिरून फिरून आमच्या घराजवळील शनिच्या देवळापर्यंत आला व त्याने आम्हा बहीणभावास सायकलवरून खाली उतरवले व आमच्या हातातील पैसे घेतले व म्हणाला तुम्ही पैसे हरवून टाकाल. मी तुम्हाला कागदाच्या पुडीत पैसे बांधून देतो. असे म्हणून त्याने पैसे काढून घेतले व आमच्या हातात रिकामी कागदाची पुडी दिली. घरी आल्यावर आमच्या बहीणभावाची खूप रडारड सुरू झाली. पैसे गेल्यामुळे जत्रेत जाण्याची आमची निराशा झाली. या गोष्टीला बरेच दिवस झाले. परंतु ही आठवण स्वप्नात साठ ते पासष्ट वर्षांनी आली. भावास जाऊन पन्नास वर्षे झाली तरी ही आठवण स्वप्नात येणे म्हणचे एक आश्चर्यच आहे. हे स्वप्न पडले व मी स्वप्नातून जागी झाल्यावर खूप हसले. मला माझ्या लहानपणीची आठवण व भावाचे बोबडे बोल यांची इतक्या वर्षांनी आठवण झाली.

आजोबांच्या मृत्यूसमयी पडलेले स्वप्न. श्रावण महिन्यातील नागपंचमीस

आईने आजोबांस तेलाच्या पुरणपोळीचा म्हणजे पुऱ्या करावयाचा बेत केला. पुऱ्या तळताना उरलेले तूप वाटीत काढून ठेवले. त्या तुपाच्या वाटीला आईचा कसा धक्का लागला ते कळले नाही. आई गरोदर असताना तिच्या पोटावर वाटी फेकून द्यावी तसे सारे तूप पोटावर सांडले. त्या तुपाच्या भाजण्यामुळे ती बरेच दिवस अंथरुणात पडून होती.

आजोबांनी पुऱ्या खाल्ल्या पण त्याच रात्री त्यांची तब्येत बिघडली. स्वप्नात सारखे बरळायचे व म्हणायचे, ''पाहा मला यमदूत न्यावयास आले. मला ते वेडेवाकडे तोंड करून वाकुल्या दाखवतात.'' मला अनसूया कधीच म्हणाले नाहीत. बाई नावानेच मला हाक मारायचे. मला स्वप्नात मोठमोठ्याने बाई म्हणून हाक मारायचे. मी जवळ गेल्यावर आजोबांना म्हणायचे, ''बाबा इथे कोणी नाही. तुम्हाला स्वप्नात भास होतोय, भिऊ नका.'' हे ऐकून स्वप्नातून जागे झाल्यावर त्यांनी त्यांच्या लहानपणीची स्वप्नाची एक गोष्ट मला सांगितली. आजोबा पहिलवानकी करीत असत. त्यांना गुरे सांभाळायची चाकरी दिली. पहाटे आजोबांनी जनावरांना वैरण टाकले व झोपले असता कुठल्यातरी अदृश्य शक्तीने त्यांच्याशी कुस्ती केली. त्यावेळी त्यांच्या अंगात ताकद होती. आता शक्ती कमी झाल्यामुळे त्या स्वप्नाची आठवण काढून स्वप्नात जोर बैठका काढायचे. मी खूप घाबरायचे. त्याच स्वप्नात आजोबा आठ दिवस बरळत होते व त्यांचे स्वप्नातील यमदूत त्यांना नेण्याकरिता हजर झाले व त्यांचा स्वप्नातच अंत झाला.

सन १९९४- त्यावेळेस माझी धाकटी सून माधुरी गरोदर होती. मला पण मृत्यूची जणू काही चाहूल लागली असावी. माझे ब्लडप्रेशर वाढल्यामुळे किंवा कशामुळे तरी रोज रात्री मला स्वप्नामध्ये चहूकडे यमदूत दिसायचे. ते वेडेवाकडे तोंड करून मला भेडसावयाचे. तसेच त्यांच्या हातात काठ्या असत. रोज त्या स्वप्नाने मी बेजार झाले. माझी सून माधुरी माझ्या या विचित्र स्वप्नाने अगदी रडकुंडीस येत असे. मी नंतर रात्री झोपताना ज्ञानेश्वरांचा फोटो जवळ घेऊन झोपत असे. झोपण्यापूर्वी मी जरी देवाचे नाव घेऊन झोपत असले तरी ते विचित्र स्वप्न माझा पाठपुरावा करत असे. माझे ब्लडप्रेशर चेक केले. डॉक्टरांनी सांगितले ब्लडप्रेशर वाढल्यामुळे अशी माझी विचित्र अवस्था झाली. या

अवस्थेमुळे मी बोबडी बोलावयास लागले. या विचित्र वागण्यामुळे माझ्या मोठ्या मुलाला नगरहून बोलावून घेतले. त्याचा या गोष्टीवर विश्वास बसेना. नंतर थोड्या दिवसांनी ज्ञानेश्वरांच्या अभंगामुळे व ज्ञानेश्वरांचा फोटो जवळ ठेवल्यामुळे यमदूतांची विचित्र स्वप्ने बंद झाली. मला वाटते माझ्या नावाची कोणीतरी बाई त्यांना न्यावयाची असेल. या मरणाच्या अदलाबदलीमुळे माझे मरण टळले.

मी अक्कलकोटला माझ्या मुलाला घेऊन गेले. अक्कलकोटला गेल्यानंतर आम्ही भाड्याची रिक्षा करून स्वामींच्या वास्तव्याची स्थळे पाहिली. सर्व स्थळे पाहिल्यानंतर शेखनूरच्या दर्ग्यात जावयाचे ठरवले. दर्गा लांब असल्यामुळे आम्ही निम्म्या रस्त्यातून परत आलो. तसेच दर्ग्याजवळील वस्ती मुसलमानांची होती. आजूबाजूस फारच घाण होती. तेव्हा तो शेखनूरसाहेबाचा दर्गा पाहण्याचा राहून गेला. आमच्या माहेरच्या घरात जी पिराची तुरबत होती, त्याची आम्ही व आजूबाजूची मुसलमान व इतर समाजाचे लोक रोज पूजा करीत असू, नगरचे घर सोडल्याला पंचवीस-तीस वर्षे झाली. पुढे बऱ्याच दिवसांनी एका रात्री माझ्या स्वप्नात नगरच्या घरातील पिराची अवारी झाली. ती व्यक्ती घरात इकडून तिकडे चहूकडे फिरू लागली. घरातील सर्व जुने लोक मला दिसू लागले (आई, भाऊ, वडील). मी ती व्यक्ती पाहून मोठमोठ्याने पीरसाहेब ओरडू लागले. नंतर मीच 'ओ सय्यदसाब बाबा' म्हणू लागले. स्वप्नातून जागी झाल्यावर मला वाटले अक्कलकोटला शेखनुरचा दर्गा पाहण्यास गेलो असता निम्म्या रस्त्यातून परत आलो, त्याचाच हा चमत्कार नसेल?

शेखनुरसाहेबांऐवजी मला आमच्या जुन्या घरातील पिराने वेगळ्या अर्थाने दर्शन दिले. ती व्यक्ती अजून माझ्या डोळ्यांसमोरून जात नाही.

दुसरे एक भेडसावणारे स्वप्न मला अधून मधून पडते. त्या स्वप्नात मी रस्त्याने व पडक्या वाड्यातून, गल्लीबोळातून फिरते. ओळखी व अनोळखी माणसे मला भेटतात. पण वाट दाखवताना मधूनच सोडून देतात. या स्वप्नाचा मी फार विचार करते पण त्याचा अर्थ मला लागत नाही.

तसेच स्वप्नात मी खूप धुणे धुते. त्या स्वप्नात मी पहाट होईपर्यंत जागी होत नाही. तसेच स्वप्नात सारखे जेवण करणारी माणसे दिसतात. ही जेवणारी माणसे सर्व हरिजन वस्तीतली असतात. ह्या दोन्ही

स्वप्नांमुळे मी अगदी बेचैन होते. तसंच शेणमातीने घर सारवणे हे पण वाईट स्वप्न मला बेचैन करते.

अवतीभोवतीची, घरातली माणसे आपल्याला अनुभव देत असतात. त्या अनुभवाने माणूस घडत जातो. स्वप्नंही आपल्याला अनुभव देत असतात. झोपेतल्या स्वप्नांच्या अनुभवाने कधी आनंद मिळतो, कधी दुःख होते, कधी भीती वाटते.

◆